AF518928

സിംഹക്കുട്ടന്റെ ഓപ്പറേഷൻ

simhakkuttante operation
balanovel

•

jospee

•

first edition
november 2011

•

typesetting
megha

•

published
chintha publishers, thiruvananthapuram

•

•

cover & illustration
sudheer p y

വിതരണം

ദേശാഭിമാനി ബുക്ക് ഹൗസ്

H O തിരുവനന്തപുരം–695 035
www.chinthapublishers.com
chinthapublishers@gmail.com

ബ്രാഞ്ചുകൾ

ഓവർബ്രിഡ്ജ് തിരുവനന്തപുരം • കെ എസ് ആർ ടി സി ബസ് സ്റ്റേഷൻ ആലപ്പുഴ • കെ എസ് ആർ ടി സി ബസ് സ്റ്റേഷൻ എറണാകുളം • ഐ ജി റോഡ് കോഴിക്കോട് • മാവൂർ റോഡ് കോഴിക്കോട് • എൻ ജി ഒ യൂണിയൻ ബിൽഡിങ് കണ്ണൂർ • സെൻട്രൽ ബസ് ടെർമിനൽ കോംപ്ലക്സ് താവക്കര കണ്ണൂർ • മച്ചിങ്ങൽ ലെയ്ൻ തൃശൂർ

CO - 1648 / 2793

സിംഹക്കുട്ടന്റെ ഓപ്പറേഷൻ

(ബാലനോവൽ)

ജോസ്പി

ചിന്ത പബ്ലിഷേഴ്സ്
തിരുവനന്തപുരം–695 035

ജോസ്പി

കൊല്ലം ജില്ലയിലെ കണ്ടച്ചിറയിൽ ജനനം. *ക്രിസ്റ്റീൻ, ബാലരമ* എന്നീ ബാലമാസികകളിൽ ജോലിനോക്കിയിട്ടുണ്ട്. ഇപ്പോൾ മൃഗസംരക്ഷണ വകുപ്പിൽ ലൈവ് സ്റ്റോക്ക് ഇൻസ്പെക്ടർ. *കഥകളുടെ ആകാശം, നാടൻകഥകളും നാടോടിക്കഥകളും* എന്നിവയാണ് മറ്റ് കൃതികൾ.

വിലാസം : വെറ്റിനറി ക്വാർട്ടേഴ്സ്
കൊട്ടിയം പി ഒ
കൊല്ലം – 691571

ഫോൺ : 9387320374

ഉള്ളടക്കം

1

ഡോക്ടറെ തേടിയെത്തിയ ആനച്ചേട്ടൻ

"ഘ്രലാ.....!"

കാതടപ്പിക്കുന്ന ആ ശബ്ദംകേട്ട് വേളമാനൂർ ഗ്രാമവാസികൾ ഒന്ന് നടുങ്ങി.

എന്താണത് എന്ന് ചിന്തിക്കും മുമ്പുതന്നെ അവർക്ക് കാര്യം പിടികിട്ടി.

ആനയുടെ ചിന്നംവിളിയാണത്!

മദമിളകിയ ഏതോ ആനയുടെ ചിന്നംവിളി!

ഗ്രാമാതിർത്തിയിലെ കാട്ടിൽനിന്നുമാണ് ആ ചിന്നംവിളി ഉയർന്നത്. കാട്ടിൽനിന്നും രാത്രികാലങ്ങളിൽ പലപ്പോഴും ആനകളുടെ ചിന്നംവിളിയും മൃഗങ്ങളുടെ ഗർജനവുമൊക്കെ കേൾക്കാറുണ്ട്. എന്നാൽ ആരും തന്നെ അതൊന്നും അത്ര കാര്യമാക്കാറില്ല. കാരണം അതൊക്കെ അങ്ങകലെ എവിടെയോ നിന്നാണെന്ന് കേൾക്കുന്നമാത്രയിൽത്തന്നെ മനസിലാകും. മാത്രമല്ല, ഒരു കാട്ടുമൃഗവും ഇതുവരെ ഗ്രാമത്തിലേക്കുവന്ന് ശല്യം ഉണ്ടാക്കിയിട്ടില്ല.

എന്നാൽ ഇതങ്ങനെയല്ല; വളരെ അടുത്ത ഗ്രാമാതിർത്തിയിൽ എവിടെയോനിന്നാണ് ആ ശബ്ദം ഉയർന്നിരിക്കുന്നത്.

ഗ്രാമവാസികൾക്ക് കൂടുതൽ ചിന്തിക്കാനൊന്നും അവസരം ലഭിച്ചില്ല. അതിനുമുമ്പ് ആ ഭീകരനായ ഒറ്റയാൻ ഗ്രാമത്തിലേക്ക് കടന്നുവന്നു.

തുമ്പിക്കൈ ഉയർത്തി ഘോരമായി ചിന്നംവിളിച്ചുകൊണ്ട് പാഞ്ഞുവന്ന ആ ഒറ്റയാനെ കണ്ടവരെല്ലാം ഞെട്ടിത്തെറിച്ചു പോയി.

ആനകൾ കൂട്ടമായി വന്നാൽ അത്ര പേടിക്കാനില്ല. അവയെ ശല്യപ്പെടുത്താതെ ഒഴിഞ്ഞുമാറിനിന്നാൽ മതി. വലിയ പ്രശ്ന ങ്ങളൊന്നും സൃഷ്ടിക്കാതെ അവ കടന്നുപോകും. എന്നാൽ ഒറ്റയാൻ അങ്ങനെയല്ല. കണ്ണിൽ കാണുന്നതെല്ലാം നശിപ്പിച്ചിട്ടേ അവൻ പോകൂ. അത്തരം കഥകൾ കേട്ടിട്ടില്ലാത്ത ആരുംതന്നെ ആ ഗ്രാമത്തിലില്ല.

പക്ഷേ, അതിൽ നിന്നെല്ലാം വ്യത്യസ്തമായ കാര്യങ്ങളാണ് പിന്നീടവിടെ സംഭവിച്ചത്.

അലറിവിളിച്ച് പാഞ്ഞെത്തിയ ഒറ്റയാൻ ഒന്ന് നിന്നു. പിന്നെ വേച്ചുവേച്ച് മുന്നോട്ട് നടന്നു. വഴിയിലുള്ളതൊന്നും നശിപ്പി ക്കാതെയാണ് അവൻ മുമ്പോട്ടുപോകുന്നത്.

നടന്നുനടന്ന് ഒറ്റയാൻ ഗ്രാമത്തിലെ മൃഗാശുപത്രിയുടെ മുന്നിലെത്തി. കാലുകൾക്കൊന്നും ബലമില്ലാത്തപോലെ ആടി യാടി അൽപ്പസമയം നിന്നു. എന്നിട്ട് മെല്ലെ കിടന്നു.

മൃഗാശുപത്രിയിൽ ഉണ്ടായിരുന്ന മൃഗഡോക്ടർ ശരൺ ഉൾ പ്പെടെയുള്ളവർ ഈ കാഴ്ചകണ്ട് അന്തംവിട്ട് നിന്നുപോയി.

നിലത്തുകിടന്ന ആ ആനയിപ്പോൾ ദയനീയമായി ഞരങ്ങു കയാണ്.

ഇത്രയുമായപ്പോഴേക്കും മൃഗഡോക്ടർ ശരണിന് ഒരു കാര്യം മനസിലായി. ആനയ്ക്ക് കാര്യമായ എന്തോ അസുഖ മാണ്. അതിനാൽ ചികിത്സതേടി എത്തിയതാവും.

പക്ഷേ, അദ്ദേഹത്തിന്റെ മനസിൽ ഒരു സംശയം ബാക്കി യായി. ഒരു കാട്ടാന എന്നെങ്കിലും ചികിത്സതേടി നാട്ടിലുള്ള മൃഗാശുപത്രിയിലേക്ക് വരുമോ?

എത്ര ചിന്തിച്ചാലും ഈ ചോദ്യത്തിനും ഇതിനെത്തുടർന്നു ണ്ടാകുന്ന ചോദ്യങ്ങൾക്കും ഉടനെയൊന്നും ഉത്തരം കിട്ടാൻ പോകുന്നില്ല. അതിനാൽ അദ്ദേഹം ആനയിലേക്ക് ശ്രദ്ധ തിരിച്ചു. അത് തീർത്തും അവശനാണ്. അതിന്റെ കാരണം അറിയണ മെങ്കിൽ അടുത്തുചെന്ന് വിശദമായൊന്ന് പരിശോധിക്കണം.

പേടിയോടെയാണെങ്കിലും ഡോക്ടർ മെല്ലെ നടന്ന് ആനയുടെ അടുത്തെത്തി. കൂറ്റനൊരു കരിമ്പാറപോലെ അത

ങ്ങനെ കിടക്കുകയാണ്. ഒറ്റനോട്ടത്തിൽ ലക്ഷണമൊത്ത ഒരാന തന്നെ. പുറമേ മുറിവോ ചതവോ ഒന്നുംതന്നെ കാണാനില്ല. പക്ഷേ, തീർത്തും അവശനിലയിലാണ് അതിന്റെ കിടപ്പ്.

ഡോ. ശരൺ ആനയുടെ തുമ്പിക്കൈയിലൊന്ന് തലോടി.

അടുത്തനിമിഷം അത് സംഭവിച്ചു.

ആന തുമ്പിക്കൈ നീട്ടി ഡോക്ടറെ പൊക്കിയെടുത്തു. എന്നിട്ട് ചാടിയെഴുന്നേറ്റ് ഉച്ചത്തിലൊന്ന് ചിന്നംവിളിച്ചു.

"ആന വിരണ്ടേ....!"

ആളുകൾ നിലവിളിച്ചുകൊണ്ട് നാലുപാടും ചിതറിയോടി.

ഒരിക്കൽക്കൂടി ചിന്നംവിളിച്ചുകൊണ്ട് ആനയും ഒറ്റയോട്ടം.

ഡോക്ടറെ ഉയർത്തിപ്പിടിച്ചുകൊണ്ട് ഓടിയോടി ഗ്രാമാതിർത്തി കടന്ന ആന കാട്ടിനുള്ളിൽ മറഞ്ഞു.

2

കാട്ടിലെ അതിഥി

'**ചി**കിത്സിക്കാനെത്തിയ മൃഗഡോക്ടറെ തൂക്കിയെടുത്തു കൊണ്ട് ആന കാട്ടിലേക്ക് പോയി.'

ഞെട്ടിപ്പിക്കുന്ന ഈ വാർത്ത നാടെങ്ങും പരന്നു.

പൊലീസ്, ഫയർഫോഴ്സ്, മയക്കുവെടി വിദഗ്ധർ, ടി വി, പത്രം തുടങ്ങി എല്ലാവരും സംഭവസ്ഥലത്ത് കുതിച്ചെത്തി.

ഫോറസ്റ്റുകാരുടെ സഹായത്തോടെ കാടിനുള്ളിൽ കടന്നൊരു അന്വേഷണം നടത്താൻ പൊലീസും ഫയർഫോഴ്സും തീരുമാനിച്ചു. കാട്ടുപാതകൾ പരിചയമുള്ള ചില നാട്ടുകാരും അവർക്കൊപ്പം ചെല്ലാൻ തയ്യാറായി.

അപ്പോഴേക്കും സാഹസികരായ ചില ചാനലുകാർ ക്യാമറയുമായി കാട്ടിനുള്ളിൽ കടന്നു. പക്ഷേ, അവർ പോയതിനേക്കാൾ വേഗത്തിലാണ് തിരിച്ചുവന്നത്. കാരണം മൃഗങ്ങളുടെ അലർച്ചയും മുരൾച്ചയുമെല്ലാം പല ഭാഗത്തുനിന്നും കേൾക്കുന്നു. സാധാരണ പകൽസമയത്ത് അവിടേക്ക് മൃഗങ്ങളൊന്നും വരാറുള്ളതല്ല.

കാട്ടുമൃഗങ്ങളെല്ലാം അതിർത്തിയിൽ അണിനിരന്നതുപോലുള്ള ശബ്ദങ്ങളാണ് കേൾക്കുന്നത്. അവിടെ ഉണ്ടായിരുന്ന എല്ലാവരുടെയും മുട്ടിടിക്കാൻ തുടങ്ങി.

"ഇനി ഇവിടെ നിൽക്കുന്നത് അത്ര നന്നല്ല. കാട്ടുമൃഗങ്ങൾ

ആക്രമിച്ചേക്കും" ഫോറസ്റ്റ് ഉദ്യോഗസ്ഥർ പൊലീസിനെ അറിയിച്ചു.

സംഭവത്തിന്റെ ഗുരുതരാവസ്ഥ എല്ലാവർക്കും മനസിലായിക്കഴിഞ്ഞു.

"എല്ലാവരും ഉടൻ പിരിഞ്ഞ് പോകണം. കാട്ടുമൃഗങ്ങൾ ആക്രമിക്കാൻ സാധ്യതയുണ്ട്" പൊലീസ് മുന്നറിയിപ്പുനൽകി.

അതു കേട്ടതും നാട്ടുകാരെല്ലാം സ്ഥലംവിട്ടു. ടി വി ചാനലുകാരെയും പത്രക്കാരെയും പൊലീസ് നിർബന്ധിച്ച് പറഞ്ഞയച്ചു. അവർക്കു പിന്നാലെ ഫോറസ്റ്റ് ഉദ്യോഗസ്ഥരും ഫയർഫോഴ്സുകാരും കാടിറങ്ങി അവസാനം പൊലീസുകാരും സ്ഥലംവിട്ടു.

അവിടം വിജനമായി.

* * * *

തുമ്പിക്കൈയിൽ മൃഗഡോക്ടർ ശരണിനെയും തൂക്കിയെടുത്തുകൊണ്ട് ഓടിയ ആന ചെന്നുനിന്നത് ഒരു ഗുഹയുടെ മുന്നിലാണ്.

ആ ഗുഹയിൽനിന്നും ഭയങ്കരനായ ഒരു സിംഹം പുറത്തേക്കു വന്നു. ആന തുമ്പിക്കൈ താഴ്ത്തി സിംഹത്തിന് മുന്നിലായി ഡോക്ടറെ നിർത്തി.

"ഹമ്മേ..... ഈ സിംഹം തന്റെമേൽ ചാടിവീഴും. പിന്നെ....." അതോർക്കാനാവാതെ ഡോക്ടർ കണ്ണുകൾ ഇറുകെ അടച്ചു.

നിമിഷങ്ങൾ കടന്നുപോയി!

പക്ഷേ, ഒന്നും സംഭവിച്ചില്ല.

ഡോക്ടർ മെല്ലെ കണ്ണൊന്ന് തുറന്നു.

അപ്പോൾ കണ്ട കാഴ്ച ഡോക്ടറെ അത്ഭുതപ്പെടുത്തിക്കളഞ്ഞു.

മുന്നിലതാ ഒരു കരടിയും കുരങ്ങനും നിൽക്കുന്നു. കരടിയുടെ കൈയിൽ ഒരു ഇലക്കുമ്പിൾ. അതിൽ നിറയെ തേൻ. കുരങ്ങന്റെ കൈയിലോ കുറേ പഴങ്ങൾ. അവർ അത് ഡോക്ടറുടെ നേർക്കു നീട്ടി.

പേടിയോടെയാണെങ്കിലും അദ്ദേഹം ആ ഇലക്കുമ്പിൾ വാങ്ങി. തേൻ കുടിച്ചു. പഴങ്ങൾ കഴിച്ചു. അതോടെ അദ്ദേഹത്തിന്റെ പേടിയൊക്കെ മാറി. ശ്വാസം നേരെ വീണു.

അപകടപ്പെടുത്താൻ വേണ്ടിയല്ല മൃഗങ്ങൾ തന്നെ ഇവിടെ കൊണ്ടുവന്നതെന്ന് അദ്ദേഹത്തിന് മനസിലായി.

സിംഹം മുന്നോട്ടുവന്ന് ഡോക്ടറുടെ കൈയിൽ പിടിച്ചു. എന്നിട്ട് ഗുഹയ്ക്കുള്ളിലേക്ക് കൂട്ടിക്കൊണ്ടുപോയി.

അവിടെ ഒരു പെൺസിംഹം കിടക്കുന്നുണ്ടായിരുന്നു. അതിനരികിലായി ഒരു സിംഹക്കുട്ടിയും.

ഡോക്ടറെ കണ്ടതും പെൺസിംഹം എഴുന്നേറ്റു.

സിംഹക്കുട്ടിയാകട്ടെ നിലത്ത് തളർന്ന് കിടക്കുകയാണ്. അതിനെ സൂക്ഷിച്ചുനോക്കിയപ്പോൾ ഡോക്ടർ ശരണിന് ഒരു കാര്യം പിടികിട്ടി. സിംഹക്കുട്ടി തീരെ സുഖമില്ലാതെ തളർന്ന് കിടക്കുകയാണ്. അതിനെ ചികിത്സിക്കാൻ വേണ്ടിയാവും തന്നെ ഇവിടെ കൊണ്ടുവന്നിരിക്കുന്നത്.

ഡോക്ടർ സിംഹക്കുട്ടിയുടെ അരികിൽ ഇരുന്നു. സ്നേഹത്തോടെ അതിനെ ഒന്ന് തലോടി. പിന്നെ മെല്ലെ എടുത്തുയർത്തി ഒന്ന് നിർത്താൻ ശ്രമിച്ചു. പക്ഷേ, നിവർന്നുനിൽക്കാനാവാതെ അത് വേച്ചുവേച്ച് വീണുപോയി.

ഡോക്ടർ അതിനെ വിശദമായൊന്ന് പരിശോധിച്ചു. വയറ്റിന് എന്തോ അസുഖമായതിനാൽ ഭക്ഷണമൊന്നും കഴിക്കാനാവാതെ അത് തളർന്നുപോയതാണെന്ന് അദ്ദേഹത്തിന് മനസിലായി.

പക്ഷേ, എന്തുചെയ്യാം; തന്റെ കൈയിൽ മരുന്നുകളൊന്നുമില്ല. മരുന്നില്ലാതെ ചികിത്സിക്കുന്നതെങ്ങനെ. മരുന്ന് കിട്ടണമെങ്കിൽ ഏതെങ്കിലും മെഡിക്കൽസ്റ്റോറിലോ മൃഗാശുപത്രിയിലോ എത്തണം.

അതല്ല ആരെയെങ്കിലും വിളിച്ച് പറഞ്ഞാലും മതി. അവർ മരുന്നുമായെത്തും. ഡോക്ടർ തന്റെ മൊബൈൽ ഫോൺ എടുത്തുനോക്കി. കഷ്ടം, കാട്ടിലായതിനാൽ അതിന് റെയ്ഞ്ചില്ല.

ഇനി മരുന്നെടുക്കാൻ താൻ തന്നെ പോകണം. പക്ഷേ, ഇക്കാര്യം മൃഗങ്ങളെ അറിയിക്കുന്നതെങ്ങനെ. അതോർത്തപ്പോൾ എന്തു ചെയ്യണം എന്നറിയാതെ അദ്ദേഹം ആകെ കുഴങ്ങി.

3

ഭാഷയറിയാതെ

മൃഗഡോക്ടർ ശരൺ അൽപ്പസമയം എന്തോ ചിന്തിച്ചു നിന്നു. അതിനുശേഷം ചുറ്റും കൂടിനിൽക്കുന്ന മൃഗങ്ങളെയെല്ലാം ഒന്നു നോക്കി.

അവ പ്രതീക്ഷയോടെ ഡോക്ടറെത്തന്നെ ഉറ്റുനോക്കുകയാണ്.

ഡോക്ടർ അവയെ നോക്കി ഒന്ന് കൈകൂപ്പി, എന്നിട്ട് പറഞ്ഞു: "പ്രിയ മൃഗങ്ങളേ, സിംഹക്കുട്ടന്റെ അസുഖം മാറണമെങ്കിൽ മരുന്ന് കൊടുക്കണം. എന്റെ കൈയിൽ ഇപ്പോൾ മരുന്നൊന്നുമില്ല. മൃഗാശുപത്രിയിൽ പോയിട്ട് മരുന്നുമായി എത്രയും പെട്ടെന്ന് ഞാൻ തിരിച്ചുവരാം."

അതുകേട്ട മൃഗങ്ങളെല്ലാം അന്തംവിട്ട് നിൽക്കുകയാണ്. ഒരക്ഷരം പോലും ആർക്കും മനസിലായിട്ടില്ല.

ഡോക്ടർ പിന്നീട് എന്തുചെയ്തെന്നോ അപ്പോൾ മനസിൽ തോന്നിയ ആംഗ്യഭാഷയിൽ കാര്യങ്ങൾ അവതരിപ്പിച്ചു കാണിച്ചു.

അതു കണ്ടപ്പോൾ ഡോക്ടർക്ക് പഴം നൽകിയ കുഞ്ഞൻ കുരങ്ങൻ കാര്യങ്ങൾ ഏതാണ്ടൊക്കെ ഊഹിച്ചെടുത്തു. അവൻ കലപില ശബ്ദത്തിൽ സിംഹത്തിനോട് എന്തൊക്കെയോ പറഞ്ഞു.

ആ നിൽപ്പും ഭാവവും പറച്ചിലുമെല്ലാം കണ്ടപ്പോൾ ഡോ. ശരണിന് ഒരു കാര്യം പിടികിട്ടി. ഈ കാട്ടിലെ രാജാവാണ് ആ സിംഹം. പക്ഷേ, കുരങ്ങൻ സിംഹരാജനോട് പറഞ്ഞതെന്താണെന്ന് മാത്രം പിടികിട്ടിയില്ല.

പെട്ടെന്ന് സിംഹരാജൻ മുമ്പോട്ടുവന്ന് ഡോക്ടറുടെ കൈയിൽ പിടിച്ചു. ഒരിക്കൽക്കൂടി ഗുഹയിലേക്ക് കൂട്ടിക്കൊണ്ടുപോയി. അവർ ഗുഹയ്ക്കുള്ളിലെ ഇരുളടഞ്ഞ ഭാഗത്ത് ഉന്തിനിൽക്കുന്ന ഒരു പാറയുടെ മുമ്പിൽ ചെന്നുനിന്നു.

സിംഹരാജൻ ആ പാറയുടെ ഒരു പ്രത്യേകഭാഗത്ത് പിടിച്ചൊന്ന് തള്ളി. അടുത്തനിമിഷം ആ കൂറ്റൻപാറ ഉരുണ്ടുമാറി. അവിടെയതാ മറ്റൊരു ഗുഹ. അതിൽനിന്നും വിസ്മയകരമായ ഒരു പ്രകാശം പുറത്തേക്കുവന്നു. ആ പ്രകാശം എവിടെനിന്നാണ് വരുന്നതെന്നുകണ്ട ഡോക്ടറുടെ കണ്ണുകൾ അത്ഭുതംകൊണ്ട് തള്ളിപ്പോയി.

അവിടെയതാ നൂറുകണക്കിന് വിഷസർപ്പങ്ങൾ കാവൽ നിൽക്കുന്ന ഒരു നിധിശേഖരം. വിലമതിക്കാനാവാത്തത്ര സ്വർണവും രത്നവുമെല്ലാം ഒരു ചെറിയ കുന്നുപോലെ കൂട്ടി ഇട്ടിരിക്കുന്നു. മുകളിലെവിടെയോനിന്ന് ഒരു പ്രകാശരശ്മി അവിടേക്ക് വരുന്നുണ്ട്. അത് നിധിശേഖരത്തിൽ തട്ടി പ്രതിഫലിക്കുന്നതാണ് വിസ്മയകരമായ ആ പ്രകാശം.

അടുത്ത നിമിഷം ഒരു മിന്നൽപ്പിണർപോലെ കാവൽസർപ്പങ്ങൾ പത്തിവിടർത്തി. ഒരു കൊടുങ്കാറ്റിന്റെ ഇരമ്പംപോലെ അവ ചീറ്റി.

ഈ കാഴ്ചകണ്ട് ഡോക്ടർ ശരൺ നടുങ്ങിപ്പോയി.

സിംഹരാജൻ അകത്തേക്ക് കാലെടുത്തുവച്ചതും സർപ്പങ്ങൾ പത്തിതാഴ്ത്തി ഇരുവശത്തേക്കും മാറി.

സിംഹരാജൻ മെല്ലെ ചെന്ന് രണ്ട് സ്വർണനാണയങ്ങൾ എടുത്തു. എന്നിട്ട് പുറത്തുവന്ന് പാറ യഥാസ്ഥാനത്ത് തള്ളിവച്ചു. അവിടെ ഇരുട്ട് വന്നുമൂടി.

പുറത്തു വന്നപ്പോൾ സിംഹരാജൻ ആ സ്വർണനാണയങ്ങൾ രണ്ടും ഡോക്ടറുടെ കൈയിൽ വച്ചു കൊടുത്തു. അദ്ദേഹം അവിശ്വസനീയതയോടെ അവ തിരിച്ചും മറിച്ചും നോക്കി. കലർപ്പില്ലാത്ത തനിതങ്കം തന്നെ.

ആന മുമ്പോട്ടുവന്ന് തുമ്പിക്കൈകൊണ്ട് ഡോക്ടറെ പൊക്കി എടുത്ത് പുറത്തിരുത്തി.

കുറച്ച് സമയത്തിനുള്ളിൽ അവർ കാടിന്റെ അതിർത്തിയിലെത്തിച്ചേർന്നു.

മൃഗഡോക്ടർ ശരൺ തിരിച്ചെത്തി!

അദ്ദേഹം മൃഗാശുപത്രിയിൽ എത്തുംമുമ്പുതന്നെ വാർത്ത നാടാകെ പരന്നു.

ടി വിക്കാരും പത്രക്കാരും ക്യാമറകളുമായി ഡോക്ടറെ പൊതിഞ്ഞു.

“ആന ഉപദ്രവിച്ചോ?”

“ആനയ്ക്ക് മദമിളകിയിരുന്നോ?”

“കാട്ടിൽ എവിടംവരെ പോയി?”

“എങ്ങനെയാണ് രക്ഷപ്പെട്ടത്.”

തുടങ്ങി നിരവധി ചോദ്യങ്ങൾ!

“അത് വെറുമൊരു പാവം ആനയായിരുന്നു. എങ്ങനെയോ നാട്ടിൽ വന്നുപെട്ടു. രക്ഷപ്പെടാൻ വേണ്ടിയാണ് അത് എന്നെ കൊണ്ടുപോയത്...” ഇങ്ങനെയൊക്കെ പറഞ്ഞ് ഡോക്ടർ ചോദ്യങ്ങളിൽനിന്നും ഒഴിഞ്ഞുമാറി.

രാത്രി അദ്ദേഹം ആരുടെയും കണ്ണിൽപ്പെടാതെ മൃഗാശുപത്രിയിലെത്തി. കുറച്ച് മരുന്നുകളും എടുത്തുകൊണ്ട് കാട്ടിലേക്ക് പുറപ്പെട്ടു. അവിടെ ആന കാത്തുനിൽപ്പുണ്ടായിരുന്നു. അതിന്റെ പുറത്തുകയറി സിംഹരാജന്റെ ഗുഹയിൽ എത്തിച്ചേർന്നു.

തളർന്നുകിടക്കുന്ന സിംഹക്കുട്ടിക്ക് ഗുളികയും ഇഞ്ചക്ഷനുകളും നൽകി. കുറച്ച് മണിക്കൂറുകൾ കഴിഞ്ഞാലേ മരുന്നിന്റെ ഫലം അറിയാൻ കഴിയൂ. അതിനാൽ മൃഗങ്ങൾക്കൊപ്പം അദ്ദേഹവും ഉറക്കമൊഴിച്ച് അവിടെ കാത്തിരുന്നു.

മണിക്കൂറുകൾ കടന്നുപോയി.

നേരം പുലർന്നു.

ഇപ്പോൾ സിംഹക്കുട്ടിയുടെ അവസ്ഥ പഴയതിനേക്കാൾ മോശമായിരിക്കുകയാണ്. മരുന്ന് ഒരു ഗുണവും ചെയ്തില്ല എന്ന് വ്യക്തം.

ഇനി ചികിത്സ തുടരണം എന്നുണ്ടെങ്കിൽ രോഗം എന്താണെന്ന് കൃത്യമായി കണ്ടുപിടിക്കണം. അതിന് ലാബ്ടെസ്റ്റ്,

സ്കാനിങ് തുടങ്ങിയവ നടത്തേണ്ടി വരും. കാട്ടിൽ അതിനുള്ള സൗകര്യങ്ങൾ ഒരുക്കുക വളരെ പ്രയാസമാണ്. അതുകൊണ്ട് സിംഹക്കുട്ടിയെ എത്രയും പെട്ടെന്ന് നാട്ടിലേക്ക് കൊണ്ടുപോകണം. കൊണ്ടുപോയേ പറ്റൂ.

സിംഹരാജനെയും മറ്റു മൃഗങ്ങളെയും ഇക്കാര്യം അറിയിക്കണം. ഡോക്ടർ എഴുന്നേറ്റുനിന്ന് കാര്യം വിശദമായി പറഞ്ഞു. ആംഗ്യഭാഷയും പ്രയോഗിച്ചു.

ഇത്തവണ ഒരു ഫലവും ഉണ്ടായില്ല. കാര്യങ്ങൾ മനസിലാക്കാനാവാതെ മൃഗങ്ങൾ വിഷമിച്ച് നിൽക്കുകയാണ്. ഡോക്ടറും ആകെ കുഴങ്ങി. ഇനി എന്തു ചെയ്യണം എന്നറിയാതെ അദ്ദേഹം നിലത്തിരുന്നുപോയി.

സിംഹരാജൻ ഗുഹയ്ക്കുള്ളിലേക്ക് കയറിപ്പോയി. എങ്ങും പരിപൂർണ നിശ്ശബ്ദത വ്യാപിച്ചു.

കുറച്ചുകഴിഞ്ഞപ്പോൾ ഇരുവശവും അടച്ച ഒരു മുളംകുഴലുമായി സിംഹരാജൻ പുറത്തേക്കു വന്നു. അത് ഉയർത്തിക്കാണിച്ചുകൊണ്ട് സിംഹരാജൻ എന്തോ പറഞ്ഞു. അടുത്ത നിമിഷം മൃഗങ്ങൾ മുന്നോട്ട് വന്ന് ഡോക്ടറെ പൊക്കിയെടുത്ത് നിലത്ത് കിടത്തി. അനങ്ങാനാവാത്തവിധം അമർത്തിപിടിച്ചു.

ഡോ. ശരൺ വല്ലാതെ ഭയന്നുപോയി. സിംഹക്കുട്ടിക്ക് സുഖമാകാത്തതിനാൽ മൃഗങ്ങൾ തന്നെ ശിക്ഷിക്കാൻ ശ്രമിക്കുകയാവും. അദ്ദേഹം കരുതി.

സിംഹരാജൻ ആ മുളം കുഴലിന്റെ ഒരു വശത്തെ മൂടി തുറന്നു. അതിൽനിന്നും എന്തോ ദ്രാവകം ഡോക്ടറുടെ വായിലേക്ക് ഒഴിച്ചു.

"ഹമ്മേ..... ഗ്വാ..... വല്ലാത്ത കയ്പ്പ്....." ഡോക്ടർ അത് തുപ്പിക്കളയാൻ ശ്രമിച്ചു. പെട്ടെന്ന് സിംഹരാജൻ വായ പൊത്തിപ്പിടിച്ചതിനാൽ ഒരു തുള്ളിപോലും പുറത്തുപോയില്ല. അത് മുഴുവനും അദ്ദേഹത്തിന് ഇറക്കേണ്ടി വന്നു.

അടുത്തനിമിഷം തന്റെ ശരീരമാകെ കത്തിയെരിയുന്നതായി ഡോക്ടർക്ക് തോന്നി. തലയ്ക്കകത്ത് ആയിരം കടന്നലുകൾ ഇരമ്പുന്നതുപോലെ. അലറിവിളിച്ചുകൊണ്ട് ചാടിയെഴുന്നേൽക്കാൻ ശ്രമിച്ചു. പെട്ടെന്ന് ശരീരമാകെ തളർന്നു. കണ്ണുകളിൽ ഇരുട്ടു കയറി. അദ്ദേഹത്തിന്റെ ബോധം മറഞ്ഞു.

4

ഓപ്പറേഷൻ സക്സസ്!

എത്രനേരം കഴിഞ്ഞു എന്നറിയില്ല. മൃഗഡോക്ടർ ശരൺ കണ്ണുതുറന്ന് നോക്കുമ്പോൾ മൃഗങ്ങളെല്ലാം ചുറ്റുമുണ്ട്. അവയെല്ലാം ആകാംക്ഷനിറഞ്ഞ കണ്ണുകളോടെ അദ്ദേഹത്തെതന്നെ നോക്കിനിൽക്കുകയാണ്.

"ഹായ് ഡോക്ടർ ഉണർന്നു!" ആരൊക്കെയോ ഇങ്ങനെ പറഞ്ഞു.

"ആരാണത്?"

ഡോക്ടർ ശരൺ ചാടിയെഴുന്നേറ്റ് ചുറ്റുംനോക്കി. അടുത്ത് മനുഷ്യരാരുമില്ല. പിന്നെ ആരാണ് അങ്ങനെ പറഞ്ഞത്.

"പേടിക്കേണ്ട ഡോക്ടർ. അങ്ങേക്കിപ്പോൾ മൃഗഭാഷ മനസിലാക്കുന്നതിനും സംസാരിക്കുന്നതിനുമുള്ള കഴിവ് ലഭിച്ചിരിക്കുന്നു" സിംഹരാജൻ പറഞ്ഞു.

"എന്ത്? എനിക്ക് മൃഗഭാഷ മനസിലാക്കുന്നതിനുള്ള കഴിവ് ലഭിച്ചിരിക്കുന്നെന്നോ?" വിശ്വസിക്കാനാവാതെ അദ്ദേഹം ചോദിച്ചുപോയി.

താൻ സ്വപ്നം കാണുകയാണോ എന്നുപോലും അദ്ദേഹം സംശയിച്ചു.

"അതെ; ഡോക്ടർക്കിപ്പോൾ ഞങ്ങളോട് സംസാരിക്കാം" മൃഗങ്ങൾ ഒരേ സ്വരത്തിൽ പറഞ്ഞു.

മനുഷ്യഭാഷയിൽ സംസാരിക്കുന്ന മൃഗങ്ങൾ! സ്വപ്നത്തിൽപോലും സംഭവിച്ചിട്ടില്ലാത്ത കാര്യം.

സിംഹരാജൻ മുമ്പോട്ടുവന്ന് ഡോക്ടറുടെ കരംഗ്രഹിച്ചുകൊണ്ട് പറഞ്ഞു:

“ഡോക്ടർ, കുറച്ചുമുമ്പ് അങ്ങേക്ക് ഞങ്ങൾ നൽകിയത് ഒരു മാന്ത്രികമരുന്നാണ്. പണ്ടുപണ്ട് ഈ കാട്ടിൽ മഹാദിവ്യനായ ഒരു സന്യാസി ഉണ്ടായിരുന്നു. അദ്ദേഹം എന്റെയൊരു മുതുമുത്തച്ഛന് സമ്മാനിച്ചതാണ് ആ മാന്ത്രികമരുന്ന്. ഇത്രയുംകാലം അത് ഗുഹയ്ക്കുള്ളിലെ നിധിശേഖരത്തിനടിയിൽ സൂക്ഷിച്ചിരിക്കുകയായിരുന്നു. അടുത്ത രാജാവാകേണ്ട സിംഹക്കുട്ടനെ രക്ഷിക്കാൻ വേണ്ടിയാണ് ഞങ്ങൾ അങ്ങേക്കിത് നൽകിയത്. സിംഹക്കുട്ടനെ അങ്ങ് രക്ഷിക്കണം.”

അതു കേട്ടപ്പോൾ ഡോക്ടർക്ക് ഉത്സാഹമായി. പരസ്പരം ആശയവിനിമയം നടത്താൻ കഴിഞ്ഞാൽപ്പിന്നെ കാര്യങ്ങൾ എളുപ്പമല്ലേ.

“സിംഹരാജാവേ, സിംഹക്കുട്ടന്റെ രോഗലക്ഷണങ്ങൾ നോക്കിയിട്ടാണ് ഞാൻ മരുന്ന് നൽകിയത്. ഞങ്ങൾ മൃഗഡോക്ടർമാർ അങ്ങനെയാണ്. ആദ്യം ലക്ഷണങ്ങൾ കണ്ട് മരുന്ന് നൽകും. കുറവില്ലെങ്കിൽ ലാബ്ടെസ്റ്റ്, എക്സ്റേ, സ്കാനിങ് തുടങ്ങിയവ നടത്തും. അങ്ങനെ രോഗം എന്താണെന്ന് കൃത്യമായി കണ്ടെത്തും. പിന്നെ വീണ്ടും ചികിത്സിക്കും.

“നമ്മുടെ സിംഹക്കുട്ടന് വയറ്റിന് എന്തോ അസുഖമാണ്. സാധാരണ കണ്ടുവരുന്ന അസുഖം വല്ലതുമായിരുന്നെങ്കിൽ ഇപ്പോൾ മാറിയേനെ. പക്ഷേ, സിംഹക്കുട്ടന് ഒരു കുറവുമില്ല. ഇനി ചികിത്സ തുടരണമെങ്കിൽ രോഗം എന്താണെന്ന് കൃത്യമായി കണ്ടുപിടിക്കണം.

അതിന് ലാബ്ടെസ്റ്റോ, സ്കാനിങ്ങോ ഒക്കെ നടത്തേണ്ടിവരും. ഈ കാട്ടിൽ അതിനുള്ള സൗകര്യം ഒരുക്കാൻ വല്യബുദ്ധിമുട്ടാണ്. അതുകൊണ്ട് സിംഹക്കുട്ടനെ എത്രയും വേഗം നാട്ടിലേക്ക് കൊണ്ടുപോകണം. കൊണ്ടുപോയേ പറ്റൂ.” ഡോക്ടർ പറഞ്ഞു.

അതുകേട്ട് സിംഹരാജൻ മാത്രമല്ല മൃഗങ്ങളെല്ലാം ഞെട്ടിപ്പോയി.

സിംഹക്കുട്ടനെ നാട്ടിലേക്ക് കൊണ്ടുപോവുകയോ! അത് അപകടമല്ലേ? മൃഗങ്ങൾ പരിഭ്രമത്തോടെ പരസ്പരം നോക്കി.

"ഡോക്ടർ, സിംഹക്കുട്ടനെ നാട്ടിൽ കൊണ്ടുപോകണമെന്ന് നിർബന്ധമാണോ?" സിംഹരാജൻ ചോദിച്ചു.

"അതേ, കൊണ്ടുപോകണം. സ്കാനിങ് നടത്തണം. എങ്കിൽ മാത്രമേ സിംഹക്കുട്ടന്റെ വയറ്റിനുള്ളിൽ എന്താണെന്ന് കണ്ടുപിടിക്കാൻ പറ്റൂ." ഡോക്ടർ തീർത്തുപറഞ്ഞു.

"സിംഹക്കുട്ടനെ നാട്ടിലെത്തിക്കുന്നത് മറ്റ് മനുഷ്യരറിഞ്ഞാൽ കുഴപ്പമാവില്ലേ?" സിംഹരാജൻ ചോദിച്ചു.

"കുഴപ്പമാവും. അതുകൊണ്ട് ആരും അറിയാതെ രാത്രിയിൽ വേണം കൊണ്ടുപോകാൻ. നിങ്ങൾ സിംഹക്കുട്ടനെ കാടിന്റെ അതിർത്തിയിലുള്ള റോഡിൽ എത്തിച്ചാൽ മാത്രം മതി. ഞാൻ കാറുമായി അവിടെ വരാം" ഡോക്ടർ പറഞ്ഞു.

സിംഹരാജൻ അത് സമ്മതിച്ചു.

അപ്പോൾ തന്നെ ആനപ്പുറത്തുകയറി ഡോക്ടർ ശരൺ നാട്ടിലേക്ക് പോയി.

രാത്രിയുടെ മറവിൽ ഡോക്ടർ ശരൺ കാറുമായി കാടിന്റെ അതിർത്തിയിൽ എത്തി. സിംഹരാജന്റെ നേതൃത്വത്തിൽ മൃഗങ്ങളെല്ലാം സിംഹക്കുട്ടനെയുംകൊണ്ട് അവിടെ എത്തിയിരുന്നു.

ഡോ. ശരൺ സിംഹക്കുട്ടനെ താങ്ങിയെടുത്ത് കാറിൽക്കയറ്റി.

"ഒന്നിനും ഒരു കുറവുണ്ടാകരുത്" ഇങ്ങനെ പറഞ്ഞുകൊണ്ട് സിംഹരാജൻ കുറേ സ്വർണനാണയങ്ങൾ ഡോക്ടർക്ക് നൽകി.

അത് വളരെക്കൂടുതലായിരുന്നു. പക്ഷേ, ഡോക്ടർ അതെല്ലാം വാങ്ങി. കാരണം പല കാര്യങ്ങൾക്കും ധാരാളം പണം വേണ്ടിവരും.

സിംഹക്കുട്ടനെയുംകൊണ്ട് ഡോ. ശരൺ തനിക്ക് പരിചയമുള്ള ഒരു സ്കാനിങ് സെന്ററിൽ എത്തി. അവിടത്തെ ഡോക്ടറെ കണ്ട് കാര്യം പറഞ്ഞു.

"ഹെന്റമ്മേ......! സിംഹത്തിനെ സ്കാൻ ചെയ്യണമെന്നോ....! പറ്റില്ല..... എനിക്കു പേടിയാ.....!" സെന്ററിലെ ഡോക്ടർ വിറച്ചുകൊണ്ട് പറഞ്ഞു.

പക്ഷേ, ഡോ. ശരൺ വിട്ടില്ല. ഡോക്ടറെ പിടിച്ച് വലിച്ചു കൊണ്ടുപോയി സിംഹക്കുട്ടനെ കാണിച്ചു. എന്നിട്ട് ഒരു സ്വർണ നാണയം കൈയിൽ വച്ചുകൊടുക്കുകയും ചെയ്തു.

സ്വർണം കിട്ടിയതും ഡോക്ടറുടെ മനസ്സ് മാറി. പേടി കുറഞ്ഞു.

പിന്നെ ഇരുവരും ചേർന്ന് സിംഹക്കുട്ടനെ താങ്ങിയെടുത്ത് സ്കാനിങ് ടേബിളിൽ കിടത്തി.

സ്കാനിങ് കഴിഞ്ഞപ്പോൾ അവർ അത്ഭുതപ്പെട്ടുപോയി. സിംഹക്കുട്ടന്റെ വയറ്റിൽ രണ്ട് പ്ലാസ്റ്റിക് കവറുകൾ ചുരുണ്ടുകൂടി കിടക്കുന്നു. കാടുകാണാൻ വന്ന ആരോ ഭക്ഷണസാധനങ്ങൾ കൊണ്ടുവന്ന കവറുകളാകാമത്. ആവശ്യം കഴിഞ്ഞ് അവരത് വലിച്ചെറിഞ്ഞിട്ടുണ്ടാവും. എന്താണെന്നറിയാതെ സിംഹക്കുട്ടൻ അതെടുത്ത് കഴിച്ചു. പാവം! ഒന്നുമറിയാത്ത ഒരു കൊച്ചുകുട്ടിയല്ലേ അവൻ.

ആ പ്ലാസ്റ്റിക് കവറുകൾ പുറത്തെടുക്കാൻ ഇനി ഒറ്റ മാർഗമേയുള്ളൂ. ഓപ്പറേഷൻ.

സിംഹക്കുട്ടന്റെ വയറുകീറി അത് പുറത്തെടുക്കണം. ഇല്ലെങ്കിൽ രണ്ടോ മൂന്നോ ദിവസത്തിനുള്ളിൽ അവന്റെ കഥ കഴിയും. അതുകൊണ്ട് ഓപ്പറേഷൻ നടത്താൻ തന്നെ ഡോ. ശരൺ തീരുമാനിച്ചു.

പക്ഷേ, മൃഗാശുപത്രിയിൽവച്ച് പറ്റില്ല. ആളുകളെല്ലാം അറിയും. ആകെ പ്രശ്നമാവും. താൻ താമസിക്കുന്ന ക്വാർട്ടേഴ്സിൽ വച്ച് നടത്താം. അവധിക്കാലമായതിനാൽ അടുത്തുള്ളവരെല്ലാം നാട്ടിൽ പോയിരിക്കുകയാണ്. രണ്ടാഴ്ചകൂടി കഴിഞ്ഞേ അവരൊക്കെ തിരിച്ചു വരൂ.

ഡോക്ടർ തന്റെ ക്വാർട്ടേഴ്സിലെത്തി.

ഒരു മുറിയിൽ ആവശ്യമുള്ള ഉപകരണങ്ങളെല്ലാം സജ്ജീകരിച്ചു. മരുന്ന് തളിച്ച് എല്ലാം അണുവിമുക്തമാക്കി. ഓപ്പറേഷൻ തിയേറ്റർ തയാർ.

സിംഹക്കുട്ടനെ എടുത്തുകൊണ്ടുവന്ന് ടേബിളിൽ കിടത്തി.

അപ്പോഴതാ പ്രശ്നങ്ങൾ ഒന്നൊന്നായി തലപൊക്കാൻ തുടങ്ങി.

ഒരു സഹായി വേണം. എങ്കിലേ ഏറ്റവും കുറഞ്ഞ സമയത്തിനുള്ളിൽ സുരക്ഷിതമായ ഓപ്പറേഷൻ നടത്താൻ സാധിക്കൂ.

പിന്നെ ബ്ലീഡിങ് ഉണ്ടായാൽ ബ്ലഡും നൽകേണ്ടിവരും. ഇതുവരെ ഈ രണ്ട് കാര്യങ്ങളും ഓർത്തില്ല. ഇനിയെന്തു ചെയ്യും. ആകെ അസ്വസ്ഥനായ ഡോക്ടർ പുറത്തേക്ക് വന്നു.

അപ്പോഴതാ മുറ്റത്തെ മാവിലൊരനക്കം.

"ഡോക്ടർ സിംഹക്കുട്ടന് എങ്ങനെയുണ്ട്?" മാവിൻ ക്കൊമ്പിൽ നിന്നും ഒരു മൂങ്ങ താഴേക്ക് പറന്നുവന്നു ചോദിച്ചു.

"നീ ആരാ" ഡോക്ടർ മൂങ്ങയോട് ചോദിച്ചു.

"ഞാൻ കാട്ടിൽ താമസിക്കുന്ന മൂങ്ങയാണ്. പേര് മൂളൻ" മൂങ്ങ പറഞ്ഞു.

"ശരി, നീ വേഗം ചെന്ന് സിംഹരാജനും മിടുക്കനായ ഒരു കുരങ്ങനും കാടിന്റെ അതിർത്തിയിൽ വന്നുനിൽക്കാൻ പറ. ഉടൻതന്നെ ഞാൻ അവിടെ എത്തും" ഡോ. ശരൺ പറഞ്ഞു.

അടുത്തനിമിഷം ഒരു മൂളലോടെ മൂളൻ പറന്നുപോയി.

ഡോ. ശരൺ കാറുമായി എത്തുമ്പോൾ സിംഹരാജനും ഒരു കൂട്ടം കുരങ്ങന്മാരും അതിർത്തിയിൽ കാത്തുനിൽപ്പുണ്ടായിരുന്നു.

സിംഹരാജനെയും കുഞ്ഞൻ എന്ന കുരങ്ങനെയും ഡോക്ടർ കാറിൽ കയറ്റി. ഡോക്ടറും കയറി. കാർ മുന്നോട്ടു കുതിച്ചു.

സിംഹരാജനും കുഞ്ഞൻകുരങ്ങനും ആദ്യമൊന്ന് പേടിച്ചു. പിന്നെ പേടി മാറി അത്ഭുതമായി.

ഡ്രൈവ് ചെയ്യുന്നതിനിടയിൽ ഡോക്ടർ ഓപ്പറേഷനെക്കുറിച്ച് പറഞ്ഞപ്പോൾ സിംഹരാജന് പരിഭ്രമമായി. എന്നാൽ ഡോക്ടർ കാര്യങ്ങളെല്ലാം വിശദമായിത്തന്നെ പറഞ്ഞ് മനസിലാക്കിയപ്പോൾ സിംഹരാജന് ആശ്വാസമായി.

വഴിയിൽ മറ്റ് വാഹനങ്ങളൊന്നും ഇല്ലാതിരുന്നതിനാൽ അവർ വേഗം തന്നെ ക്വാർട്ടേഴ്സിലെത്തി.

ഡോക്ടർ ഒരു സിറിഞ്ച് ഉപയോഗിച്ച് സിംഹരാജന്റെ കാലിൽ നിന്നും അൽപ്പം രക്തമെടുത്തു. അത് സിംഹക്കുട്ടന്റെ രക്തവുമായി ക്രോസ്മാച്ച് ചെയ്തു നോക്കി. അതിന്റെ റിസൾട്ട് കണ്ടപ്പോൾ ഡോക്ടറുടെ മുഖം വിടർന്നു.

"സിംഹരാജന്റെ രക്തം സിംഹക്കുട്ടന്റെ രക്തവുമായി ചേരും. ഓപ്പറേഷൻ സമയത്ത് രക്തം നഷ്ടപ്പെട്ടാലും ഇനി പേടിക്കാനില്ല" ഡോക്ടർ പറഞ്ഞു.

ഓപ്പറേഷനുവേണ്ട ഒരുക്കങ്ങളെല്ലാം പൂർത്തിയായി. ഒന്നും മറന്നിട്ടില്ലെന്ന് ഒരിക്കൽക്കൂടി ഉറപ്പുവരുത്തി. കുഞ്ഞൻ കുരങ്ങനെ ഓപ്പറേഷൻ സമയത്ത് ഉപയോഗിക്കേണ്ട വസ്ത്രങ്ങൾ ധരിപ്പിച്ചു. പിന്നെ ഡോക്ടറും ധരിച്ചു.

ഇരുവരും ഓപ്പറേഷൻ തിയേറ്ററിനുള്ളിൽ കടന്നു. സിംഹരാജനെ പുറത്തിരുത്തി വാതിലുകൾ അടച്ചു. കുഞ്ഞൻ കുരങ്ങന് വേണ്ടുന്ന നിർദേശങ്ങളെല്ലാം നൽകി. ഓപ്പറേഷൻ ആരംഭിച്ചു.

സിംഹക്കുട്ടന്റെ വയറ്റിൽനിന്നും പ്ലാസ്റ്റിക് കവറുകൾ രണ്ടും പുറത്തെടുത്തു. ഭാഗ്യത്തിന് ബ്ലീഡിങ് ഒന്നും ഉണ്ടായില്ല. അതിനാൽ രക്തവും എടുക്കേണ്ടിവന്നില്ല. ഒരു മണിക്കൂറിനുള്ളിൽ എല്ലാം പൂർത്തിയായി.

ഓപ്പറേഷൻ സക്സസ്!

ഡോക്ടർ ശരണും കുഞ്ഞൻകുരങ്ങനും പുറത്തുവന്നു. പുറത്ത് നിന്നുകൊണ്ട് സിംഹരാജൻ സിംഹക്കുട്ടനെ കണ്ടു. അണുബാധ ഉണ്ടാകാനുള്ള സാധ്യത ഉള്ളതിനാലാണ് സിംഹക്കുട്ടന്റെ അടുത്തുപോകാൻ സിംഹരാജനെ ഡോക്ടർ അനുവദിക്കാത്തത്.

കുറച്ചുകഴിഞ്ഞ് ഡോക്ടർ സിംഹക്കുട്ടനെ പരിശോധിച്ചിട്ട് സിംഹരാജന്റെ അടുത്തെത്തി.

"സിംഹക്കുട്ടൻ അപകടനില തരണം ചെയ്തു. ഇനി അങ്ങ് ഇവിടെ നിൽക്കേണ്ടതില്ല. അങ്ങയെ ഞാൻ കാട്ടിൽ കൊണ്ടുവിടാം" ഡോക്ടർ പറഞ്ഞു.

സിംഹക്കുട്ടനെ ഒരിക്കൽക്കൂടി നോക്കിയിട്ട് സിംഹരാജൻ കാറിൽ ചെന്നുകയറി. പിന്നാലെ കാറിൽ കയറാനൊരുങ്ങിയ കുഞ്ഞൻകുരങ്ങനെ തടഞ്ഞുകൊണ്ട് ഡോക്ടർ പറഞ്ഞു: "സിംഹക്കുട്ടനെ പരിചരിക്കാൻ എപ്പോഴും കൂടെ ഒരാൾ വേണം. അതുകൊണ്ട് കുഞ്ഞൻ ഇവിടെ നിൽക്കൂ. ഞാൻ ഉടൻ തിരിച്ചുവരാം."

ഡോക്ടർ കാറിൽ കയറി. കാർ മുന്നോട്ട് നീങ്ങി.

സിംഹക്കുട്ടന് ബോധം തെളിയുന്നതിന് മുമ്പുതന്നെ ഡോക്ടർ ശരൺ തിരിച്ചെത്തി.

താമസിയാതെ സിംഹക്കുട്ടൻ കണ്ണുതുറന്നു. തന്റെ ശരീരത്തിൽ പിടിപ്പിച്ചിരിക്കുന്ന ഡ്രിപ്സെറ്റും മറ്റും കണ്ട് അവൻ അമ്പരന്നു. അതെല്ലാം വലിച്ചിളക്കിക്കളയാൻ ശ്രമിച്ചു.

പെട്ടെന്ന് ഡോക്ടർ അവനെ തടഞ്ഞുകൊണ്ട് പറഞ്ഞു: "അയ്യയ്യോ...... സിംഹക്കുട്ടന്റെ അസുഖം മാറാൻ വേണ്ടിയാ ഇതെല്ലാം പിടിപ്പിച്ചിരിക്കുന്നത്. മരുന്ന് തീർന്നാലുടൻ ഇതെല്ലാം മാറ്റും."

സിംഹക്കുട്ടൻ ഡോക്ടറെ ഒന്ന് നോക്കി. എന്നിട്ട് തളർന്ന സ്വരത്തിൽ ചോദിച്ചു. "എന്റെ അസുഖം മാറുമോ ഡോക്ടറേ?"

അതുകേട്ടപ്പോൾ ഡോ. ശരണിന്റെയും കുഞ്ഞൻകുരങ്ങന്റെയും മുഖം തെളിഞ്ഞു. രോഗം വന്നതിൽ പിന്നെ മിണ്ടാട്ടമില്ലാതിരുന്ന സിംഹക്കുട്ടൻ ഇതാ സംസാരിച്ച് തുടങ്ങിയിരിക്കുന്നു.

"സിംഹക്കുട്ടന്റെ അസുഖമെല്ലാം ഉടൻ മാറും. സിംഹക്കുട്ടൻ മിടുമിടുക്കനാവും" ഡോക്ടറും കുഞ്ഞനും ഒരേസ്വരത്തിൽ പറഞ്ഞു.

സിംഹക്കുട്ടനെ പരിചരിച്ചുകൊണ്ട് ഡോക്ടറും കുഞ്ഞനും മാറി മാറി അരികിൽ തന്നെ ഇരുന്നു. രണ്ടുദിവസത്തേക്ക് ഡോക്ടർ പുറത്തേക്കൊന്നും പോയില്ല.

5

സിംഹക്കുട്ടൻ സർക്കസ്ക്കൂട്ടിൽ

സിംഹക്കുട്ടന്റെ അവശതയൊക്കെ ഒത്തിരിമാറി. പതുക്കെ എഴുന്നേൽക്കാമെന്നായിട്ടുണ്ട്.

"രണ്ടു ദിവസത്തിനുള്ളിൽ സിംഹക്കുട്ടന് കാട്ടിലേക്ക് പോകാം" ഡോക്ടർ ഒന്ന് നിർത്തി. എന്നിട്ട് കുഞ്ഞനെ നോക്കി പറഞ്ഞു: "കുഞ്ഞാ ഞാൻ കുറച്ച് മരുന്നെടുക്കാൻവേണ്ടി മൃഗാശുപത്രിവരെ പോവുകയാണ്. നീ സിംഹക്കുട്ടന്റെ അരികിൽ ത്തന്നെ നിൽക്കണം. ഞാൻ ഉടനെ തിരിച്ച് വരും."

ഡോക്ടർ പോയി.

മൃഗാശുപത്രിയിൽ എത്തിയപ്പോൾ ആളുകളെല്ലാം ഡോക്ടറെ കാണാൻ ഓടിയെത്തി. അവർക്ക് കാട്ടിലെ വിശേഷങ്ങൾ അറിയണം. അവരെ തൃപ്തരാക്കാൻവേണ്ടി ഡോക്ടർക്ക് പല കള്ളങ്ങളും പറയേണ്ടി വന്നു. സിംഹക്കുട്ടനെക്കുറിച്ച് ഒരക്ഷരം പറഞ്ഞതുമില്ല. മരുന്ന് വാങ്ങാൻ വേണ്ടിയും ചിലർ എത്തിയിരുന്നു. എല്ലാംകഴിഞ്ഞ് തിരിച്ചെത്തിയപ്പോൾ നേരം വളരെ വൈകി.

ക്വാർട്ടേഴ്സിലെത്തിയ ഡോക്ടർ സിംഹക്കുട്ടനെ കാണാനായി അകത്തേക്ക് ഓടിക്കയറി. എന്നാൽ ആ കാഴ്ചകണ്ട് അദ്ദേഹം ഞെട്ടിപ്പോയി.

അതാ കുഞ്ഞൻകുരങ്ങൻ നിലത്ത് കിടന്ന് ഞരങ്ങുന്നു.

അവന്റെ തലയിൽനിന്നും രക്തം ഒഴുകുന്നുമുണ്ട്.

"കുഞ്ഞാ എന്തുപറ്റി?" ഡോക്ടർ അവനെ വാരിയെടുത്തു കൊണ്ട് ചോദിച്ചു.

"നമ്മുടെ സിംഹക്കുട്ടനെ കുറേ മനുഷ്യർ വന്ന് എടുത്തു കൊണ്ട് പോയി. തടയാൻ ശ്രമിച്ച എന്നെ അവർ അടിച്ചുവീഴ്ത്തി" കുഞ്ഞൻ പൊട്ടിക്കരഞ്ഞുകൊണ്ട് പറഞ്ഞു.

അതുകേട്ട് ഡോക്ടർ ഇടിവെട്ടേറ്റവനെപോലെ സ്തംഭിച്ച് നിന്നുപോയി.

ഒരുനിമിഷം കഴിഞ്ഞ് സമനില വീണ്ടെടുത്ത ഡോക്ടർ ചോദിച്ചു: "കുഞ്ഞാ ആരാണത്?"

"നാലഞ്ച് പേരുണ്ടായിരുന്നു. തടിമാടന്മാർ അവരെ കണ്ടാൽ ഏതു പാതിരാത്രിയും ഞാൻ തിരിച്ചറിയും. അവർ വന്ന വണ്ടിയും എനിക്കറിയാം" കുഞ്ഞൻ പറഞ്ഞു.

ഡോക്ടർ വളരെ വേഗം കുഞ്ഞന്റെ മുറിവുകളിൽ മരുന്ന് വച്ചുകെട്ടി. എന്നിട്ട് അവനെയും എടുത്തുകൊണ്ട് പുറത്തുവന്ന്

കാറിൽ കയറി. അപ്പോഴതാ മുറ്റത്തെ മാവിൻകൊമ്പിൽ ഒരു അണ്ണാറക്കണ്ണൻ "ചിൽ.... ചിൽ....." എന്ന് ചിലച്ചുകൊണ്ട് ചാടിക്കളിക്കുന്നു.

"ഏയ് അണ്ണാറക്കണ്ണാ ഇങ്ങുവാ. നീ ഞങ്ങൾക്കൊരു ഉപകാരം ചെയ്യണം" ഡോക്ടർ മുകളിലേക്ക് നോക്കിക്കൊണ്ട് പറഞ്ഞു.

അതുകേട്ട് ഒരു ഞെട്ടലോടെ അണ്ണാറക്കണ്ണൻ താഴേക്ക് നോക്കി. എന്നിട്ട് ചോദിച്ചു: "ഏയ് ആരാണത്?"

"ഞാൻ തന്നെയാ" ഡോക്ടർ കൈ ഉയർത്തിക്കൊണ്ട് പറഞ്ഞു.

"ങേ! ഒരു മനുഷ്യൻ മൃഗഭാഷയിൽ സംസാരിക്കുന്നോ. ഞാനെന്താ സ്വപ്നം കാണുകയാണോ?" അണ്ണാറക്കണ്ണന് അത് വിശ്വസിക്കാനേ കഴിഞ്ഞില്ല.

"സ്വപ്നമൊന്നുമല്ല, നീ വേഗം ഇറങ്ങിവാ" ഡോക്ടർ പറഞ്ഞു.

എന്നിട്ടും വിശ്വസിക്കാനാവാതെ അവൻ മരത്തിൽതന്നെ ഇരുന്നു.

അപ്പോൾ കുഞ്ഞൻകുരങ്ങൻ കാറിൽനിന്നും തല പുറത്തേക്കിട്ടുകൊണ്ട് പറഞ്ഞു: "സിംഹരാജന്റെ മാന്ത്രികമരുന്ന് കഴിച്ചാ ഈ ഡോക്ടർക്ക് നമ്മുടെ ഭാഷയിൽ സംസാരിക്കാനുള്ള കഴിവ് ലഭിച്ചത്. അതുകൊണ്ട് നീ വേഗം വന്ന് കാറിൽ കയറ്."

അതു കേട്ടതും അണ്ണാറക്കണ്ണൻ ഓടിവന്ന് കാറിൽക്കയറി.

പട്ടണത്തിലെ തിരക്കുകൾക്കിടയിലൂടെ ചീറിപ്പാഞ്ഞ് ആ കാർ ഒരു സർക്കസ് കൂടാരത്തിനരികിലായി ചെന്നു നിന്നു.

"കുഞ്ഞാ, ഈ സർക്കസുകാരാവും സിംഹക്കുട്ടനെ തട്ടിക്കൊണ്ടു പോയത്. നീ ഇതിനുള്ളിൽ തന്നെ ഇരുന്നാ മതി. ഞങ്ങളൊന്ന് അന്വേഷിച്ചിട്ട് വരാം." അണ്ണാറക്കണ്ണനെയെടുത്ത് പോക്കറ്റിൽ വച്ചുകൊണ്ട് ഡോക്ടർ കാറിൽ നിന്നിറങ്ങി.

നടന്നുനടന്ന് ഡോക്ടർ കൂടാരത്തിന് പിന്നിലെത്തി. അണ്ണാറക്കണ്ണനെയെടുത്ത് നിലത്ത് വച്ചുകൊണ്ട് പറഞ്ഞു: "നീ വേഗം പോയി സിംഹക്കുട്ടൻ അകത്തുണ്ടോ എന്ന് കണ്ടുപിടിക്കണം."

അണ്ണാറക്കണ്ണൻ ഒരു വിടവിലൂടെ കൂടാരത്തിനകത്തു കയറി. കുറച്ചുകഴിഞ്ഞ് അവൻ ആ വിടവിലൂടെ തന്നെ തിരിച്ച് വന്നു.

“സിംഹക്കുട്ടൻ അകത്തുണ്ട്. മറ്റു മൃഗങ്ങളുടെ അടുത്തുനിന്നും മാറി ഷീറ്റുകൊണ്ട് മറച്ചു ഒരു കൂട്ടിനുള്ളിലാണ് സിംഹക്കുട്ടനെ ഇട്ടിരിക്കുന്നത്” അണ്ണാറക്കണ്ണൻ ഒറ്റശ്വാസത്തിൽ പറഞ്ഞു.

അതുകേട്ടപ്പോൾ ഡോക്ടർക്ക് അൽപ്പം സമാധാനമായി. സിംഹക്കുട്ടൻ എവിടെയാണെന്ന് കണ്ടുപിടിച്ചു കഴിഞ്ഞു. പക്ഷേ, ഇവിടെനിന്നും സിംഹക്കുട്ടനെ രക്ഷിക്കുന്നതെങ്ങനെ. നേരിട്ടു ചെന്ന് ചോദിച്ചാൽ കിട്ടില്ല. പിന്നെ എന്തുചെയ്യും.

പെട്ടെന്നതാ ഡോക്ടറുടെ അടുത്തേക്ക് ഒരു തടിയൻ വന്നു. കൊമ്പൻമീശയും ചോരക്കണ്ണും ആറരയടി ഉയരവുമുള്ള അവനെ കണ്ടാൽ തന്നെ ആരുമൊന്ന് ഞെട്ടും.

“ഡോക്ടറേ ഇവിടെയിങ്ങനെ ചുറ്റിത്തിരിയണ്ടാ. നിങ്ങളുടെ ഒരു പരിപാടിയും നടക്കാൻ പോണില്ല. അതുകൊണ്ട് വേഗം സ്ഥലംവിട്ടോ. ഇനിയിവിടെ കണ്ടാൽ കൈയും കാലും തല്ലിയൊടിക്കും” ഇടിവെട്ടുന്ന ശബ്ദത്തിൽ അയാൾ പറഞ്ഞു.

അതുകേട്ട ഡോക്ടറൊന്ന് ഞെട്ടി. ഇനി അവിടെ നിൽക്കുന്നതത്ര പന്തിയല്ലെന്നുകണ്ട അദ്ദേഹം പിന്മാറി. അപ്പോൾത്തന്നെ കാറിൽക്കയറി വീട്ടിലെത്തി. അണ്ണാറക്കണ്ണനെ മാവിൻക്കൊമ്പിലേക്ക് കയറ്റിവിട്ടു.

അന്നുരാത്രി കുഞ്ഞൻകുരങ്ങനെയുംകൊണ്ട് ഡോക്ടർ ശരൺ സർക്കസ് കൂടാരത്തിന്റെ പിന്നിലെത്തി.

“കുഞ്ഞാ, നീ അകത്തുകടന്ന് സിംഹക്കുട്ടനെ കണ്ടെത്തണം. എന്നിട്ട് എനിക്ക് അകത്തുകടക്കാൻ എന്തെങ്കിലും മാർഗമുണ്ടോ എന്നു നോക്കണം” ഡോ. ശരൺ പറഞ്ഞു.

കുഞ്ഞൻ ഒരു തൂണിലൂടെ കൂടാരത്തിനു മുകളിലെത്തി അകത്ത് കടന്നു. കുറച്ചുസമയം കഴിഞ്ഞ് ഒരു താക്കോൽക്കൂട്ടവുമായാണ് അവൻ തിരികെ വന്നത്.

“സിംഹക്കുട്ടൻ ഉൾപ്പെടെയുള്ള മൃഗങ്ങളെ ഇട്ടിരിക്കുന്ന കൂടുകളുടെ താക്കോലാണിത്” കുഞ്ഞൻ താക്കോൽക്കൂട്ടം ഡോക്ടർക്ക് നൽകി.

“മിടുക്കൻ, താക്കോൽക്കൂട്ടം അടിച്ചുമാറ്റി, കൊള്ളാം. എനിക്ക് അകത്ത് കടക്കാനുള്ള വഴി വല്ലതും കണ്ടുപിടിച്ചോ” ഡോക്ടർ ചോദിച്ചു.

“അതും ശരിയാക്കി വരൂ” ഇങ്ങനെ പറഞ്ഞുകൊണ്ട് കുഞ്ഞൻ ഓടിച്ചെന്ന് കുറച്ചപ്പുറത്തായി ഉണ്ടായിരുന്ന ഇരുമ്പ് തകിടുകളിലൊന്നിൽ മെല്ലെയൊന്ന് തട്ടി.

അപ്പോഴതാ ആ തകിട് അകത്തേക്ക് വളഞ്ഞു. ഒരാൾക്ക് സുഖമായി അകത്ത് കടക്കാൻപറ്റുന്ന ഒരു വിടവ് പ്രത്യക്ഷപ്പെട്ടു.

ഡോക്ടർ ശരൺ ചുറ്റും ആകെയൊന്ന് നോക്കി. കൂടാരത്തിന് മുന്നിലെ ലൈറ്റുകളിൽനിന്നുള്ള മങ്ങിയ വെളിച്ചം മാത്രമേയുള്ളൂ. ഒരു മനുഷ്യജീവിയുടെ അനക്കംപോലും എങ്ങുമില്ല എന്ന് ഉറപ്പുവരുത്തിയിട്ട് അദ്ദേഹം അകത്ത് കടന്നു.

സർക്കസിലെ ആനപ്പന്തിയായിരുന്നു അത്. നാലഞ്ച് ആനകളെ അവിടെ തളച്ചിരുന്നു. അതിലൊന്നാണ് തുമ്പിക്കൈനീട്ടി തകിട് വളച്ച് അകത്തുകടക്കാൻ വഴിയുണ്ടാക്കിയത്.

ആനകളുടെ ഇടയിലേക്ക് ചെന്നു കയറിയ ഡോക്ടർ ആദ്യമൊന്ന് പരിഭ്രമിച്ചുപോയി. എങ്കിലും അതൊന്നും പുറത്തുകാട്ടാതെ അദ്ദേഹം അവയെ നോക്കി ഒരു ചോദ്യമങ്ങ് ചോദിച്ചു: “ ആനകളേ നിങ്ങൾക്ക് ഇവിടെനിന്നും രക്ഷപ്പെടണമെന്നുണ്ടോ?”

“രക്ഷപ്പെടണമെന്നോ. പലതവണ ഞങ്ങൾ ശ്രമിച്ചതാണ്. പക്ഷേ എന്തുചെയ്യാം ഞങ്ങളുടെ വിധി ഇതായിപ്പോയി” ഒരു ആന പറഞ്ഞു.

“ഡോക്ടർ, വിവരമെല്ലാം കുഞ്ഞൻകുരങ്ങൻ ഞങ്ങളോട് പറഞ്ഞു. താങ്കൾ എത്രയും പെട്ടെന്ന് സിംഹക്കുട്ടനെ രക്ഷിക്കൂ. അതാണ് പ്രധാനം. മൃഗങ്ങളെ ഇട്ടിരിക്കുന്ന കൂടുകൾക്കപ്പുറത്തായി ഷീറ്റുകൊണ്ട് മറച്ചിരിക്കുന്നതു കണ്ടില്ലേ. അതിനുള്ളിലുള്ള കൂട്ടിലാണ് സിംഹക്കുട്ടനെ ഇട്ടിരിക്കുന്നത്” മറ്റൊരാന പറഞ്ഞു.

മൃഗങ്ങളെ ഇട്ടിരിക്കുന്ന കൂടുകൾക്കിടയിലൂടെ നടന്ന് ഡോക്ടർ അതിനുള്ളിൽ കയറി. അവിടെയതാ വലിയൊരു ഇരുമ്പ് കൂട്ടിനുള്ളിൽ സിംഹക്കുട്ടൻ തളർന്ന് കിടക്കുന്നു.

"ഹായ്! എന്നെ രക്ഷിക്കാൻ ഡോക്ടർ വന്നു!" സിംഹക്കുട്ടൻ മെല്ലെ എഴുന്നേറ്റുകൊണ്ട് പറഞ്ഞു.

"ശ്.... ശബ്ദമുണ്ടാക്കരുത്" ഇങ്ങനെ പറഞ്ഞുകൊണ്ട് ഡോക്ടർ താക്കോലുകൾ ഓരോന്നായി പരീക്ഷിച്ചു നോക്കി. താമസിയാതെ പൂട്ട് തുറന്നു.

സിംഹക്കുട്ടൻ സന്തോഷത്തോടെ കൂട്ടിൽനിന്നിറങ്ങി. ഡോക്ടർ അവനെ വാരിയെടുത്തുകൊണ്ട് പുറത്തുവന്നു.

"ഹായ്! സിംഹക്കുട്ടൻ സ്വതന്ത്രനായി!" മറ്റ് കൂടുകളിൽക്കിടന്ന മൃഗങ്ങൾ സന്തോഷത്തോടെ പറഞ്ഞു.

6

കൂട്ടിൽ നിന്നും കാട്ടിലേക്ക്

പെട്ടെന്ന് അവിടമാകെ ലൈറ്റുകൾ തെളിഞ്ഞു. നീട്ടിപ്പിടിച്ച തോക്കുമായി ഒരാൾ ഡോക്ടറുടെ മുന്നിലേക്ക് ചാടിവീണു. സർക്കസ് മുതലാളി വെങ്കിട്ടറാവു ആയിരുന്നു അത്.

"ഹ..... ഹഹ...... ഞങ്ങൾ പ്രതീക്ഷിച്ചതുപോലെ ഡോക്ടറിങ്ങെത്തിയല്ലോ. പക്ഷേ, ആ സിംഹക്കുട്ടിയെ തരില്ല. പകരം നല്ലൊരു തുക പ്രതിഫലം തരാം. ഇനി താങ്കൾ ഇങ്ങോട്ട് വരരുത്" വെങ്കിട്ടറാവു പറഞ്ഞു.

"നിങ്ങളുടെ ഒരു പ്രതിഫലവും എനിക്ക് വേണ്ട. ഞാൻ സിംഹക്കുട്ടനെ കൊണ്ടുപോകും" ഡോക്ടർ ഉറപ്പിച്ച് പറഞ്ഞു.

"ഹ.... ഹഹ.... ഹഹഹ....." വെങ്കിട്ടറാവു അലറി ചിരിച്ചു. എന്നിട്ട് പറഞ്ഞു: "വേണ്ട ഡോക്ടർ അതിനു ശ്രമിക്കണ്ടാ. ശ്രമിച്ചാൽ നാളത്തെ പത്രങ്ങളിൽ ഒരു വാർത്ത വരും. എന്താണെന്നോ, മൃഗഡോക്ടറെ സർക്കസിലെ പുലി പിടിച്ചു. അല്ലെങ്കിൽ ആന ചവിട്ടിക്കൊന്നു. രോഗം ബാധിച്ച മൃഗങ്ങളെ ചികിത്സിക്കാനെത്തിയതായിരുന്നു ഡോക്ടർ. ഒരു പാവം പാവം മൃഗഡോക്ടർ."

പെട്ടെന്നതാ മറ്റൊരു ശബ്ദം. "ഡോക്ടർ പേടിക്കണ്ടാ. ഞാനൊരു സൂത്രം കാണിച്ചുതരാം." മുകളിലുള്ള ഒരു തൂണിൽ തൂങ്ങിക്കിടന്നുകൊണ്ട് കുഞ്ഞൻ കുരങ്ങനാണ് അത് പറഞ്ഞത്.

അടുത്തനിമിഷം കുഞ്ഞൻ കുരങ്ങൻ വെങ്കിട്ടറാവുവിന്റെ പുറത്തേക്ക് ചാടിവീണ് തോക്ക് തട്ടിത്തെറിപ്പിച്ചു. എന്താണ് സംഭവിച്ചതെന്ന് അയാൾക്ക് മനസിലാകും മുമ്പ് ആ തോക്ക് ഡോക്ടറുടെ കൈയിലായി.

"അനങ്ങിപ്പോകരുത് ചുട്ടുകളയും" വെങ്കിട്ടറാവുവിന്റെ നെഞ്ചിനു നേർക്ക് തോക്ക് ചൂണ്ടിക്കൊണ്ട് ഡോക്ടർ അലറി.

വെങ്കിട്ടറാവു സ്തംഭിച്ച് നിൽക്കുകയാണ്. ഇങ്ങനെയൊരു തിരിച്ചടി അയാൾ ഒട്ടും പ്രതീക്ഷിച്ചിരുന്നില്ല.

"സിംഹക്കുട്ടാ നമുക്ക് പോകാം" ഡോക്ടർ പറഞ്ഞു.

അപ്പോഴതാ ഒരു ബഹളം.

"ഡോക്ടർ ഞങ്ങളെ രക്ഷിക്കൂ..... ഞങ്ങളെ രക്ഷിക്കൂ...." കൂടുകളിൽ കിടക്കുന്ന മൃഗങ്ങൾ ദയനീയമായി നിലവിളിക്കുകയാണ്.

അതുകേട്ട് ഡോക്ടർ ഒരു നിമിഷം എന്തോ ചിന്തിച്ച് നിന്നു. എന്നിട്ട് പറഞ്ഞു: "ഞാൻ പറയുന്നത് അനുസരിച്ച് എന്നോടൊപ്പം വരാമെങ്കിൽ നിങ്ങളെ ഞാൻ കൊണ്ടുപോകാം."

"ഡോക്ടർ പറയുന്നതെന്തും ഞങ്ങൾ അനുസരിക്കും" മൃഗങ്ങളെല്ലാം ഒരേ സ്വരത്തിൽ പറഞ്ഞു.

കൈയിലിരുന്ന താക്കോൽക്കൂട്ടം ഉപയോഗിച്ച് ഡോക്ടർ കൂടുകൾ ഓരോന്നായി തുറന്നു. കടുവ, പുലി, കരിമ്പുലി, കരടി, ഹിപ്പപ്പൊട്ടാമസ്, കുരങ്ങന്മാർ തുടങ്ങിയ മൃഗങ്ങളെല്ലാം പുറത്തിറങ്ങി.

ഡോക്ടർ ആനകളുടെ അടുത്തേക്ക് ചെന്നു. അവയുടെ ചങ്ങലകൾ അഴിച്ചുമാറ്റി. എന്നിട്ട് അഭ്യാസികളായ നായ്ക്കളെ ഇട്ടിരുന്ന കൂടുകൾക്കരികിൽ ചെന്ന് അവയോട് ചോദിച്ചു: "നിങ്ങൾ കാട്ടിലേക്ക് വരുന്നോ?"

"ഇല്ല മനുഷ്യരെ സേവിച്ച് നാട്ടിൽത്തന്നെ കഴിയുന്നതാ ഞങ്ങൾക്കിഷ്ടം" നായ്ക്കൾ പറഞ്ഞു.

"ശരി, ആനകളേ നമുക്ക് പുറത്തിറങ്ങാൻ നിങ്ങളൊരു വഴിയുണ്ടാക്കൂ."

അതു കേൾക്കേണ്ട താമസം. കൂടാരത്തിന്റെ ഒരു ഭാഗംതന്നെ ആനകൾ പൊളിച്ചടുക്കി വിശാലമായൊരു വഴിയുണ്ടാക്കി. അതിലൂടെ എല്ലാവരും പുറത്ത് കടന്നു.

കൂട്ടത്തിൽ ഏറ്റവും പൊക്കമുള്ള ശങ്കരൻ എന്ന ആന സിംഹക്കുട്ടനെ പുറത്ത് കയറ്റി ഇരുത്തി.

"നമ്മൾ കാട്ടിലേക്കുള്ള യാത്ര ആരംഭിക്കുകയാണ്. സിംഹക്കുട്ടനെ പുറത്തേറ്റിയ ശങ്കരൻ ഏറ്റവും മുന്നിൽ നടക്കട്ടേ. ബാക്കിയുള്ളവരെല്ലാം വരിവരിയായി അവന്റെ പിന്നാലെ ചെല്ലണം." ഡോക്ടർ പറഞ്ഞു.

ശങ്കരൻ തലയുയർത്തിപ്പിടിച്ച് മുമ്പേ നടന്നു. ബാക്കിയുള്ള മൃഗങ്ങളെല്ലാം വരിവരിയായി അവന്റെ പിന്നാലെയും നീങ്ങി.

ഇത്രയുമായപ്പോഴേക്കും വെങ്കിട്ടറാവു ഓടിവന്ന് ഡോക്ടറുടെ കാൽക്കൽ വീണു. "ഡോക്ടറെ എന്റെ മൃഗങ്ങളെ കൊണ്ടുപോകരുതേ. അവയില്ലെങ്കിൽ എന്റെ സർക്കസ് പൊളിയും. എത്ര പണം വേണമെങ്കിലും തരാം. സിംഹക്കുട്ടിയെയും തരാം."

അതു കേട്ടിട്ടൊന്നും ഡോക്ടർ ശരണിന്റെ മനം ഇളകിയില്ല. "നിങ്ങൾ സിംഹക്കുട്ടനെ തട്ടിയെടുത്തതുകൊണ്ടാണ് ഇങ്ങനെ സംഭവിച്ചത്. ഈ പാവങ്ങൾക്കെല്ലാം ഞാൻ ആശ കൊടുത്തുപോയി. ഇനി എന്തു സംഭവിച്ചാലും ഇവയെല്ലാം ഞാൻ കാട്ടിലെത്തിച്ചിരിക്കും."

ഡോക്ടർ വഴങ്ങുന്നില്ലെന്ന് കണ്ടപ്പോൾ വെങ്കിട്ടറാവു എന്തു ചെയ്തെന്നോ പോക്കറ്റിൽനിന്നും മൊബൈലെടുത്ത് അടു

ത്തുള്ള പൊലീസ് സ്റ്റേഷനിലേക്ക് വിളിച്ചു. അയാളുടെ സുഹൃത്തായിരുന്നു അവിടത്തെ എസ് ഐ.

നിമിഷങ്ങൾക്കകം പൊലീസ് സംഘം കുതിച്ചെത്തി. തെരുവ് വിളക്കുകളുടെ പ്രകാശത്തിൽ ആ കാഴ്ച കണ്ട് അവർ അന്തം വിട്ട് നിന്നുപോയി.

ആന, കടുവ, പുലി, കരിമ്പുലി, കരടി തുടങ്ങിയ കാട്ടുമൃഗങ്ങളെല്ലാം അതാ സ്കൂൾ കുട്ടികളെപ്പോലെ വരിവരിയായി അച്ചടക്കത്തോടെ നടന്നുപോകുന്നു. ഇങ്ങനെയൊരു കാഴ്ച ജീവിതത്തിലാദ്യമായി കാണുകയായിരുന്നു അവർ.

"ഡോക്ടർ ശരൺ, ആ മൃഗങ്ങളെയെല്ലാം കൂടാരത്തിലേക്ക് തിരിച്ച് കൊണ്ടുപോകൂ. ഇല്ലെങ്കിൽ ഞങ്ങൾക്ക് വെടിവയ്ക്കേണ്ടിവരും" എസ് ഐ ഉച്ചത്തിൽ വിളിച്ചുപറഞ്ഞു.

"വെടിവയ്ക്കുകയോ തിരിച്ചുകൊണ്ടുപോവുകയോ എന്ത് വേണമെങ്കിലും ചെയ്തോളൂ. വെടിവയ്ക്കുകയാണെങ്കിൽ എല്ലാ മൃഗങ്ങളെയും ഒറ്റയടിക്ക് വെടിവച്ച് വീഴ്ത്തണം. ഇല്ലെങ്കിൽ ഈ പ്രദേശമാകെ ഇവ നശിപ്പിക്കും." മറുപടി നൽകിയിട്ട് ഡോക്ടർ മൃഗങ്ങൾക്കൊപ്പം നടന്നു.

എസ് ഐയും പൊലീസുകാരും ആകെ കുഴങ്ങി. ഏതോ മന്ത്രശക്തിയാൽ ആവാഹിക്കപ്പെട്ടതുപോലെ മൃഗങ്ങളെല്ലാം വരിവരിയായി നടന്നുപോവുകയാണ്. എത്ര തോക്കുകളുണ്ടായാലും അവയെയെല്ലാം ഒറ്റയടിക്ക് വെടിവച്ച് വീഴ്ത്താൻ പറ്റില്ല. വെടിയേറ്റ മൃഗങ്ങളുടെ നിയന്ത്രണം വിട്ടാൽപ്പിന്നെ എന്തു സംഭവിക്കുമെന്നും പറയാനാവില്ല. അതുകൊണ്ട് ഉന്നതാധികാരികളെ വിവരമറിയിക്കാൻതന്നെ അദ്ദേഹം തീരുമാനിച്ചു.

കിഴക്കേ ചക്രവാളം ചുവന്ന് തുടങ്ങി. നേരം പുലരുകയാണ്.

പ്രഭാത വ്യായാമത്തിനായി ആളുകൾ പുറത്തിറങ്ങി തുടങ്ങി. നടക്കാനായി റോഡിലേക്കിറങ്ങിയ പലരും മൃഗങ്ങളെ കണ്ട് നടുങ്ങി. "രക്ഷിക്കണേ....!" എന്ന് നിലവിളിച്ചുകൊണ്ട് പലരും തിരിഞ്ഞോടി. എന്നാൽ ഇതൊന്നും ശ്രദ്ധിക്കാതെ മൃഗങ്ങളെല്ലാം ഡോക്ടർ ശരണിന്റെ നേതൃത്വത്തിൽ വരിവരിയായി നടന്നുനീ

ങ്ങുകയാണ്. അൽപ്പസമയത്തിനുള്ളിൽ ആളുകൾക്കെല്ലാം ഒരു കാര്യം മനസിലായി. ഈ മൃഗങ്ങൾ ആരെയും ഉപദ്രവിക്കില്ല.

അത്ഭുതകരമായ ഈ വാർത്തയറിഞ്ഞ് ജനം വഴിവക്കിൽ തടിച്ചു കൂടാൻ തുടങ്ങി. പലരും ഉറക്കമുണർന്ന് നേരെ ഓടിവരികയായിരുന്നു.

ഫോറസ്റ്റുകാരും പൊലീസും എസ് പി എ സിക്കാരുമെല്ലാം ആയുധങ്ങളുമായി കുതിച്ചെത്തി. മയക്കുവെടിവച്ച് മൃഗങ്ങളെയെല്ലാം പിടികൂടുകയായിരുന്നു അവരുടെ ലക്ഷ്യം. എന്നാൽ ഒരു മനുഷ്യന്റെ പിന്നാലെ വരിവരിയായി നടന്നുപോകുന്ന മൃഗങ്ങളെ കണ്ടപ്പോൾ അവരുടെയെല്ലാം കൈവിറച്ചു. അവരെല്ലാം മനോഹരമായ ആ കാഴ്ചകണ്ട് സ്വയംമറന്ന് നിന്നുപോയി.

അപ്പോഴേക്കും കുറേ മൃഗസ്നേഹികളും രംഗത്തെത്തി. അച്ചടക്കത്തോടെ ശാന്തരായി നടന്നുപോകുന്ന മൃഗങ്ങളെ ഉപദ്രവിക്കരുതെന്ന് അവർ ആവശ്യപ്പെട്ടു.

മനുഷ്യരെ ആക്രമിക്കാൻ ശ്രമിക്കുകയാണെങ്കിൽ മാത്രം മൃഗങ്ങളെ വെടിവയ്ക്കുക. അതാണ് മയക്കുവെടിക്കാരുടെ ലക്ഷ്യം. അതിനാൽ അവരും മൃഗസ്നേഹികൾക്കൊപ്പം ചേർന്ന് തോക്കുകൾ താഴ്ത്തി പിടിച്ചു.

ആളുകളുടെ എണ്ണം കൂടിക്കൂടി വരികയാണ്. അതുകണ്ടപ്പോൾ കുഞ്ഞൻകുരങ്ങനൊരു സംശയം. “ഡോക്ടറേ..... ഈ മനുഷ്യർ നമ്മളെ ഉപദ്രവിക്കുമോ?”

കുഞ്ഞന്റെ ചോദ്യംകേട്ട് ഡോക്ടർ ചുറ്റും ആകെയൊന്ന് നോക്കി. റോഡരികിലും കെട്ടിടങ്ങളുടെ മുകളിലുമെല്ലാം ആളുകൾ നിറഞ്ഞ് നിൽക്കുന്നു. വലിയൊരു ജനക്കൂട്ടം പിന്നാലെ വരുന്നുമുണ്ട്.

“ഏതെങ്കിലും വികൃതികൾ കല്ലോ മറ്റോ വലിച്ചെറിഞ്ഞെന്നിരിക്കും. ദേഹത്ത് കൊണ്ടാൽപ്പോലും നമ്മൾ അതൊന്നും ശ്രദ്ധിക്കാൻ പാടില്ല. ഒന്നും സംഭവിക്കാത്തതുപോലെ ഇങ്ങനെ തന്നെ നടക്കണം” ഡോക്ടർ എല്ലാ മൃഗങ്ങളോടുമായി പറഞ്ഞു.

ഇത്രയേറെ ജനങ്ങൾ തടിച്ച് കൂടിയിട്ടും ടി വിക്കാരും പത്രക്കാരുമെല്ലാം കുറച്ച് വൈകിയാണ് എത്തിച്ചേർന്നത്. കാരണം

പലരും വിളിച്ച് പറഞ്ഞിട്ടും ആദ്യം അവരൊന്നും അത് വിശ്വസിച്ചില്ല. ആരോ തങ്ങളെ വിഡ്ഢികളാക്കാൻ ശ്രമിക്കുകയാണെന്നാണ് അവർ ആദ്യം കരുതിയത്.

പിന്നെ വൈകിയില്ല, ടി വിയിൽ ഫ്ളാഷ് ന്യൂസുകൾ തെളിഞ്ഞു. കാട്ടിലേക്കുള്ള മൃഗങ്ങളുടെ യാത്ര പല ചാനലും ലൈവായി കാണിക്കാൻ തുടങ്ങി. അതോടെ തെരുവിൽ തിരക്കായി; എല്ലായിടത്തും ഗതാഗതം സ്തംഭിച്ചു.

ഇടയ്ക്ക് ഒരു ചാനലുകാരൻ പേടിച്ചുപേടിച്ചാണെങ്കിലും ക്യാമറയുമായി ഡോ. ശരണിന്റെ മുന്നിലെത്തി.

"ഡോ. ശരൺ, താങ്കൾ ഈ മൃഗങ്ങളെ എങ്ങോട്ടാണ് കൊണ്ടുപോകുന്നത്" ടി വി റിപ്പോർട്ടർ ചോദിച്ചു.

"ഞാൻ ഇവയെ കൊണ്ടുപോവുകയല്ല. ഇവ അവയുടെ ജന്മസ്ഥലവും വാസസ്ഥലവുമായ കാട്ടിലേക്ക് പോവുകയാണ്" ഡോക്ടർ പറഞ്ഞു.

"ഡോക്ടർ താങ്കൾ എങ്ങനെയാണ് ഈ മൃഗങ്ങളുമായി ആശയവിനിമയം നടത്തുന്നത്?" റിപ്പോർട്ടർ വീണ്ടും ചോദിച്ചു.

"മൃഗങ്ങൾക്ക് നന്മവരണം എന്ന് ആഗ്രഹിക്കുന്ന ഒരു മൃഗഡോക്ടറാണ് ഞാൻ. അതുകൊണ്ടാണ് എനിക്ക് അവയുമായി ആശയവിനിമയം നടത്തുവാൻ സാധിക്കുന്നത്" ഡോക്ടർ പറഞ്ഞു.

അപ്പോഴതാ അടുത്ത ചോദ്യം: "ഈ മൃഗങ്ങൾ മനുഷ്യരെ ആക്രമിക്കുമോ?"

"ഇതുവരെ ആക്രമിച്ചില്ലല്ലോ. ഇനി ആക്രമിക്കുകയുമില്ല. കാട്ടിലെത്തുക എന്നതു മാത്രമാണ് ഇപ്പോൾ ഈ പാവങ്ങളുടെ ലക്ഷ്യം." ഡോക്ടർ ഇത്രയും പറഞ്ഞപ്പോഴേക്കും മറ്റ് ചാനലുകാരും ക്യാമറയുമായി മുന്നിലെത്തി. അവരോടെല്ലാം മറുപടി പറയാൻ നിന്നാൽ യാത്രയ്ക്ക് തടസംനേരിടും എന്ന് ഡോക്ടർക്ക് മനസിലായി.

"ക്ഷമിക്കണം. പറയാനുള്ളതെല്ലാം ഞാൻ പറഞ്ഞ് കഴിഞ്ഞു. കൂടുതലായി ഇനി ഒന്നുമില്ല. കാട്ടിലെത്തുംവരെ ഞങ്ങളെ ബുദ്ധിമുട്ടിക്കരുത്" ഇങ്ങനെ പറഞ്ഞുകൊണ്ട് ഡോക്ടർ വേഗത്തിൽ നടന്നു.

ക്യാമറയുമായി വന്നവരെല്ലാം വഴിമാറി.

ഇത്രയുമായപ്പോഴേക്കും മൃഗസ്നേഹികൾ ഒത്തുചേർന്ന് ഡോക്ടർ ശരണിന് 'ജയ്വിളിക്കാൻ' തുടങ്ങി. പിന്നെ മൃഗങ്ങളുടെ സുഗമമായ യാത്രയ്ക്ക് വഴിയൊരുക്കി. അവയ്ക്ക് ആവശ്യമുള്ള വെള്ളവും ഭക്ഷണവുമെല്ലാം അവർ കൊണ്ടുവന്നു. നടന്ന് ക്ഷീണിക്കുമ്പോൾ വിശ്രമിക്കാൻ താവളമൊരുക്കി.

അങ്ങനെ അവസാനം മൃഗങ്ങൾ കാടിന്റെ അതിർത്തിയിലെത്തി.

കാട് കണ്ടതും അതുവരെ ശാന്തരായി നടന്നിരുന്ന മൃഗങ്ങളുടെ നിയന്ത്രണം വിട്ടു. ആവേശത്തോടെ ആർത്തുവിളിച്ചു കൊണ്ട് അവ കാട്ടിലേക്ക് പാഞ്ഞുകയറി.

മൃഗങ്ങൾക്കൊപ്പം കുറെ മനുഷ്യരും കാട്ടിലേക്ക് കടക്കാൻ ഭാവിച്ചു. എന്നാൽ ഡോക്ടർ ശരൺ അവരെ തടഞ്ഞുകൊണ്ട് പറഞ്ഞു: "ആരും കാട്ടിനുള്ളിൽ കടക്കരുത്. അവ അവിടെ സ്വസ്ഥമായി കഴിയട്ടെ."

ഡോക്ടറുടെ വാക്കുകൾ കേട്ടതും എല്ലാവരും പിന്മാറി. അപ്പോൾ സിംഹക്കുട്ടന്റെ തുടർചികിത്സയ്ക്കായി ഡോക്ടറും കാട്ടിലേക്ക് നടന്നു.

7

ഭീമപ്പനെ കുടുക്കി

ആനപ്പുറത്തുവരുന്ന സിംഹക്കുട്ടനെ കണ്ട് മൃഗങ്ങളെല്ലാം സന്തോഷത്തോടെ ആർത്തുവിളിച്ച് തുള്ളിച്ചാടി. അതുകണ്ട് സന്തോഷം അടക്കാനാവാതെ സിംഹക്കുട്ടൻ ആനപ്പുറത്ത് എഴുന്നേറ്റുനിന്ന് കൈ ഉയർത്തി എല്ലാവരെയും അഭിവാദ്യം ചെയ്തു.

"ഡോക്ടറും ആനപ്പുറത്തു കയറി സിംഹക്കുട്ടനൊപ്പം ഇരിക്കണം" സിംഹരാജൻ പറഞ്ഞു.

"അതൊന്നും വേണ്ട. ഞാൻ നടന്നുവന്നുകൊള്ളാം" ഡോക്ടർ ശരൺ പറഞ്ഞു.

"ഡോക്ടറും ആനപ്പുറത്ത് കയറണം. എല്ലാവർക്കും ഡോക്ടറെ കാണണം" ചെറിയ മൃഗങ്ങൾ വിളിച്ചുപറഞ്ഞു.

അങ്ങനെ എല്ലാവരുടെയും നിർബന്ധപ്രകാരം ഡോക്ടർ ആനപ്പുറത്തു കയറി. സിംഹക്കുട്ടന്റെ അരികിൽ ഇരുന്നു.

അങ്ങനെ ആട്ടവും പാട്ടുമൊക്കെയായി അവർ മുന്നോട്ടു നീങ്ങി.

പെട്ടെന്നാണ് അത് സംഭവിച്ചത്. ആനപ്പുറത്തിരുന്ന ഡോക്ടറുടെയും സിംഹക്കുട്ടന്റെയും പുറത്തേക്ക് എന്തോ വന്ന് വീണു. ഒരു വലയായിരുന്നു അത്. അതിൽ കുടുങ്ങി അവർ മുകളിലേക്കുയർന്നു. അനങ്ങാനാവാത്തവിധം ആ വലയിൽ മുറുകിപ്പോയ അവർ മരച്ചില്ലയിൽ കിടന്ന് തൂങ്ങിയാടി.

"ഹ..... ഹഹ..... ഹഹഹ......" ആ മരത്തിന്റെ ഇടതൂർന്ന ചില്ലകൾക്കിടയിൽ പതുങ്ങിയിരുന്ന ഒരാൾ തല പുറത്തേക്ക് നീട്ടി. ഒപ്പം ഒരു തോക്കിൻകുഴലും നീണ്ട് വന്നു.

"ഡോക്ടറേ, ഇതു ഞാനാ ഭീമപ്പൻ.... ഹ..... ഹഹ.... ഹഹഹ...." അയാൾ വീണ്ടും അലറിച്ചിരിച്ചു.

അതുകേട്ട് ഡോക്ടർ ഞെട്ടിപ്പോയി. കൊള്ളക്കാരൻ ഭീമപ്പൻ! പണത്തിനുവേണ്ടി എന്ത് ക്രൂരതയും ചെയ്യാൻ മടിക്കാത്ത ഭീകരൻ! അവന്റെ പേരു കേട്ടാൽത്തന്നെ ആരുമൊന്ന് ഞെട്ടും.

മനുഷ്യർക്കുമാത്രമല്ല മൃഗങ്ങൾക്കും ഭീമപ്പൻ ഒരു പേടിസ്വപ്നമാണ്. അവന്റെ നിഴൽ കണ്ടാൽമതി അവ പരക്കം പായും. എണ്ണിയാലൊടുങ്ങാത്ത ക്രൂരതകളാണ് അവൻ അവിടെ ചെയ്ത് കൂട്ടിയിട്ടുള്ളത്.

വല കുറച്ചുകൂടി ഉയർന്നു. ഭീമപ്പന്റെ തോക്കിൻകുഴൽ ഡോക്ടറുടെ തലയിൽമുട്ടി. അതുകണ്ട മൃഗങ്ങൾ സ്തംഭിച്ച് നിന്നുപോയി.

"ഡോക്ടറേ, നിങ്ങളെയോ മൃഗങ്ങളെയോ കൊല്ലാൻ എനിക്ക് ഒരു ആഗ്രഹവുമില്ല. എനിക്ക് വേണ്ടത് മറ്റൊന്നാണ്. ഈ കാട്ടിലെവിടെയോ ഒരു നിധി ഒളിഞ്ഞിരിപ്പുണ്ട്. ഈ മൃഗങ്ങൾക്ക് മാത്രമേ അത് എവിടെയാണെന്നറിയൂ. അവയ്ക്കാണെങ്കിൽ അതുകൊണ്ട് ഒരു പ്രയോജനവുമില്ല. ആ നിധി എവിടെയാണ് ഇരിക്കുന്നതെന്ന് എനിക്കൊന്ന് കാണിച്ചുതരണം. അതുമാത്രംമതി. നിങ്ങളെ ഞാൻ വെറുതെവിടാം. ഇല്ലെങ്കിൽ ഡോക്ടർ മാത്രമല്ല ഈ മൃഗങ്ങളും എന്റെ തോക്കിനിരയാവും." ഭീമപ്പൻ പറഞ്ഞു.

അതുകേട്ട് എന്തു ചെയ്യണമെന്നറിയാതെ ഡോക്ടർ തരിച്ചിരുന്നു പോയി. സിംഹരാജന്റെ ഗുഹയിലെ നിധിയെക്കുറിച്ചാവും ഭീമപ്പൻ പറയുന്നത്. ഈ ലോകം മുഴുവൻ വിലയ്ക്കു വാങ്ങാൻ അതിൽ പകുതിപോലും വേണ്ട. അത്രയധികം സമ്പത്ത് ഈ ദുഷ്ടന്റെ കൈയിലെത്തുന്നത് ആപത്താണ്.

"ഡോക്ടറേ, നിധി എവിടെയാണെന്ന് ഈ മൃഗങ്ങളോട് ചോദിച്ചിട്ട് എന്നോട് പറയൂ." ഭീമപ്പൻ തോക്കിൻകുഴൽ ഡോക്ടറുടെ തലയിൽ അമർത്തി.

വലയിൽ കിടന്നുകൊണ്ട് ഡോക്ടർ താഴെ നിൽക്കുന്ന സിംഹരാജനെ നോക്കി.

"ഡോക്ടർ, ആ ദുഷ്ടൻ എന്താണ് ആവശ്യപ്പെടുന്നത്?" സിംഹരാജൻ ചോദിച്ചു.

"സിംഹരാജന്റെ ഗുഹയിലെ നിധി വേണമെന്നാണ് ഇവൻ ആവശ്യപ്പെടുന്നത്. ഇല്ലെങ്കിൽ എല്ലാവരെയും വെടിവച്ച് കൊല്ലുമത്രേ" ഡോക്ടർ പറഞ്ഞു.

"ഡോക്ടറുടെ ജീവൻ രക്ഷിക്കാൻവേണ്ടി ആ നിധി ഞങ്ങൾ അവന് നൽകാം" സിംഹരാജൻ അറിയിച്ചു.

"പാടില്ല, അതിലൊരു തരിപോലും ഇവന് കിട്ടാൻ പാടില്ല. നിധി കിട്ടിയാലും ഇവൻ നമ്മെ വെറുതെ വിടുമെന്ന് ഒരു ഉറപ്പുമില്ല. എന്തായാലും നമുക്കിവനെ ഗുഹവരെ ഒന്ന് കൊണ്ടുപോകാം. അവിടെ എത്തുമ്പോഴേക്കും ഇവനെ കുടുക്കാൻ പറ്റിയ ഒരു സൂത്രം നാം കണ്ടെത്തണം" ഡോക്ടർ പറഞ്ഞു. മൃഗഭാഷയിലാണ് അദ്ദേഹം സംസാരിച്ചത്. അതിനാൽ ഭീമപ്പന് ഒരു ചുക്കും മനസിലായില്ല.

ഈ സമയം കുഞ്ഞൻ കുരങ്ങൻ ആരുടെയും കണ്ണിൽപ്പെടാതെ അവിടെനിന്നും എങ്ങോട്ടോ ഓടിപ്പോയി.

"നിധി ഇരിക്കുന്ന സ്ഥലം ഞാൻ കാണിച്ചുതരാം" ഡോക്ടർ ശരൺ ഭീമപ്പനോട് പറഞ്ഞു.

"അങ്ങനെ വഴിക്കുവാ ഡോക്ടറേ. കിട്ടുന്നതിൽ നല്ലൊരു പങ്ക് ഞാൻ ഡോക്ടർക്കും തരാം." ഇങ്ങനെ പറഞ്ഞിട്ട് ഭീമപ്പൻ മരത്തിൽ നിന്നിറങ്ങി.

ചില്ലകൾക്കിടയിൽ ഒളിച്ചിരുന്ന അവന്റെ കൂട്ടാളികളും ഇറങ്ങി. ഭീമപ്പനുൾപ്പെടെ അവർ അഞ്ച് പേരുണ്ടായിരുന്നു. എല്ലാവരുടെയും കൈയിൽ തോക്കുണ്ട്.

അവർ ഡോക്ടറെയും സിംഹക്കുട്ടനെയും നിലത്തിറക്കി. ഡോക്ടറെ വലയിൽനിന്നും സ്വതന്ത്രനാക്കി കൈ പിന്നിലേക്ക് കെട്ടി മുന്നിൽ നിർത്തി. സിംഹക്കുട്ടനെ വലയിൽ നിന്നെടുക്കാതെ ഒരു വടിയുടെ നടുക്ക് കെട്ടി ഇരുവശത്തും ഓരോരുത്തർ നിന്ന് തോളത്തെടുത്ത് വച്ചു.

"ഹും! ഇനി നിധി ഇരിക്കുന്നിടത്തേക്ക് നടക്കൂ" ഡോക്ടറുടെ തലയ്ക്കുപിന്നിൽ തോക്കിൻകുഴൽ മുട്ടിച്ചുകൊണ്ട് ഭീമപ്പൻ കൽപ്പിച്ചു.

ഡോക്ടർ മുന്നോട്ട് നടന്നു. ഒപ്പം മൃഗങ്ങളും. തോക്ക് എപ്പോൾ വേണമെങ്കിലും പ്രയോഗിക്കാവുന്ന രീതിയിൽ പിടിച്ചുകൊണ്ട് കൊള്ളക്കാരും അവർക്കൊപ്പം നീങ്ങി.

താമസിയാതെ അവരെല്ലാം നടന്നുനടന്ന് സിംഹരാജന്റെ ഗുഹയുടെ മുന്നിലെത്തി. കുഞ്ഞൻകുരങ്ങൻ അവരെയും കാത്ത് അവിടെ നിൽപ്പുണ്ടായിരുന്നു.

“ഡോക്ടറേ ഒരു നിമിഷം അവരോട് ഇവിടെ നിൽക്കാൻ പറയൂ” ഇങ്ങനെ പറഞ്ഞിട്ട് കുഞ്ഞൻകുരങ്ങൻ സിംഹരാജനെയും വിളിച്ചുകൊണ്ട് ഗുഹയ്ക്കുള്ളിലേക്ക് കയറിപ്പോയി.

കുറച്ചുസമയം കഴിഞ്ഞ് കുഞ്ഞൻകുരങ്ങൻ ഒരു ഇലപ്പൊതിയുമായി പുറത്തേക്ക് വന്നു. ഒരു നിമിഷം അവൻ കൊള്ളക്കാരെ ആകെയൊന്ന് നോക്കി. എന്നിട്ട് ആ ഇലപ്പൊതി അവരുടെ നേർക്ക് വലിച്ചെറിഞ്ഞു. അതിൽനിന്നും ചിതറി വീണ സാധനങ്ങൾ കണ്ട് എല്ലാവരുടെയും കണ്ണഞ്ചിപ്പോയി.

രത്നക്കല്ലുകളും! സ്വർണനാണയങ്ങളും! കോടിക്കണക്കിന് രൂപയുടെ വിലമതിക്കുന്നവ.

ഭീമപ്പനും കൂട്ടരും എല്ലാം മറന്ന് അത് വാരിയെടുക്കാനായി മുന്നോട്ട് കുതിച്ചു.

എന്നാൽ ആ നിമിഷം.....

"ആ..... ആ....." വല്ലാത്തൊരു അലർച്ചയോടെ അവരെല്ലാം പിടഞ്ഞ് വീണു.

എന്താണ് സംഭവിച്ചതെന്ന് ഡോക്ടർക്ക് മാത്രമല്ല അവിടെ ഉണ്ടായിരുന്ന മൃഗങ്ങൾക്കുപോലും പിടികിട്ടിയില്ല.

തീ തുപ്പുന്ന തോക്കുമായി കൊലവിളി ഉയർത്തിനിന്ന ആ കൊള്ളക്കാരെല്ലാം അതാ നിശ്ചലരായി നിലത്ത് കിടക്കുന്നു.

"ഈ കാട്ടിലെ എല്ലാ മൃഗങ്ങളും എല്ലാ പക്ഷികളും അനുവദിച്ചാലല്ലാതെ ഞങ്ങളുടെ നിധിയിൽനിന്നും ഒരു തരിപോലും ആർക്കും കൊണ്ടുപോകാനാവില്ല. അഥവാ അതിന് ശ്രമിച്ചാൽ ഇതായിരിക്കും ഫലം" സിംഹരാജൻ പറഞ്ഞു.

അപ്പോഴാണ് ഡോ. ശരൺ ഞെട്ടിപ്പിക്കുന്ന ആ കാഴ്ചകണ്ടത്. വീണുകിടക്കുന്ന കൊള്ളക്കാർക്കരികിലായി പത്തിവിടർത്തിയാടുന്ന നൂറുകണക്കിന് വിഷസർപ്പങ്ങൾ. നിധിശേഖരത്തിന് കാവൽ നിൽക്കുന്നവയായിരുന്നു അവയെല്ലാം. ഏതോ രഹസ്യമാർഗത്തിലൂടെയാണ് അവ പുറത്തു വന്നത്.

"സിംഹരാജാവേ, സർപ്പദംശനമേറ്റ ഇവരെല്ലാം മരിച്ച് പോകില്ലേ" ഡോ. ശരൺ പരിഭ്രമത്തോടെ ചോദിച്ചു.

"ഇപ്പോഴിവർ മരിച്ചിട്ടില്ല. അൽപ്പസമയത്തിനുള്ളിൽ ഇവരുടെയെല്ലാം കഥ കഴിയും." സിംഹരാജൻ അറിയിച്ചു.

"അയ്യോ! ഇവരെ രക്ഷിക്കാൻ മാർഗമില്ലേ? ഇവർ മരിക്കാൻ പാടില്ല ഇവരെ പൊലീസിൽ ഏൽപ്പിക്കണം" ഡോക്ടർ പറഞ്ഞു.

അതുകേട്ട സിംഹരാജൻ ഒരു നിമിഷത്തേക്ക് ഒന്നും മിണ്ടിയില്ല. പിന്നെ അവിടെനിന്ന ഒരു കരടിയെ നോക്കി പറഞ്ഞു: " കരടി വൈദ്യരേ, മറുമരുന്ന് കൊടുത്ത് ഇവരെ രക്ഷിക്കൂ."

പെട്ടെന്ന് കരടി വൈദ്യൻ കുറേ കാട്ടുചെടികളുടെ പേരു പറഞ്ഞു. മൃഗങ്ങൾ പലവഴിക്കോടി നിമിഷങ്ങൾക്കകം അതെല്ലാം കൊണ്ടുവന്നു.

ആനകളുടെ സഹായത്തോടെ കരടിവൈദ്യൻ അതെല്ലാം ഇടിച്ചു പിഴിഞ്ഞ് ഒരു ഇലക്കുമ്പിളിൽ നീരെടുത്തു. അത് വീണു കിടക്കുന്ന കൊള്ളക്കാരുടെ വായിലേക്ക് ഒഴിച്ചുകൊടുത്തു.

ഇതിനിടയ്ക്ക് മൃഗങ്ങൾ വളരെ ബുദ്ധിമുട്ടി ഡോക്ടറുടെ കെട്ടുകൾ അഴിച്ചു. വലയിൽനിന്നും സിംഹക്കുട്ടനെ സ്വതന്ത്ര നാക്കി.

താമസിയാതെ കൊള്ളക്കാരുടെ ബോധം തെളിഞ്ഞു. നല്ല ബലമുള്ള കാട്ടുവള്ളികൊണ്ട് ഡോക്ടർ അവരെയെല്ലാം ബന്ധിച്ചു. ആനകൾ അവരെയെല്ലാം തൂക്കിയെടുത്ത് കാടിന്റെ അതിർത്തിയിലുള്ള ഗ്രാമത്തിൽ കൊണ്ടിട്ടു.

ബന്ധനസ്ഥരായിക്കിടക്കുന്ന ഭീമപ്പനെയും കൂട്ടരെയും കണ്ട് ഗ്രാമവാസികൾ ആർത്തുവിളിച്ചു. ആരോ വിവരം പൊലീസിൽ അറിയിക്കുകയും ചെയ്തു.

നിമിഷങ്ങൾക്കകം പൊലീസ് പാഞ്ഞെത്തി കൊള്ളക്കാരെ തൂക്കിയെടുത്ത് ജീപ്പിലിട്ടു.

കൊള്ളക്കാരെ പിടികൂടിയ ഡോക്ടർ ശരണിന് ഉഗ്രൻ സ്വീകരണവും വമ്പൻ പാരിതോഷികവും നൽകുന്നതാണെന്ന് പൊലീസ് അറിയിച്ചു.

എന്നാൽ അതിന്റെ കൂടുതൽ വിവരങ്ങളൊന്നും അന്വേഷിക്കാൻ നിൽക്കാതെ ഡോക്ടർ ആനകൾക്കൊപ്പം കാട്ടിലേക്ക് മടങ്ങി.

രണ്ടുദിവസം ഡോക്ടർ കാട്ടിൽ താമസിച്ച് സിംഹക്കുട്ടനെ ചികിത്സിച്ചു. അപ്പോഴേക്കും അവൻ മിടുമിടുക്കനായി മാറി.

“ഇനി സിംഹക്കുട്ടന് എന്റെ പരിചരണം ആവശ്യമില്ല. അതുകൊണ്ട് ഞാൻ നാട്ടിലേക്ക് മടങ്ങുകയാണ്” ഇക്കാര്യം ഡോക്ടർ ശരൺ സിംഹരാജനെ അറിയിച്ചു.

ഉടനെ സിംഹരാജൻ ഡോക്ടറെ ഗുഹയ്ക്കുള്ളിലെ നിധിശേഖരത്തിനടുത്തേക്ക് കൂട്ടിക്കൊണ്ടുപോയി.

“ഇതിൽനിന്നും എത്ര വേണമെങ്കിലും ഡോക്ടർക്ക് എടുക്കാം” സിംഹരാജൻ പറഞ്ഞു.

അപ്പോഴും ഡോക്ടർ ശരൺ ആ നിധിശേഖരത്തിലേക്ക് അത്ഭുതത്തോടും കാവൽസർപ്പങ്ങളെ ഭയത്തോടും നോക്കി.

"ഭയപ്പെടേണ്ട, ഒരിക്കലും അവ ഡോക്ടറെ ഉപദ്രവിക്കില്ല. ധൈര്യമായി എടുത്തുകൊള്ളൂ." സിംഹരാജൻ നിർബന്ധിച്ചു.

ഡോക്ടർ അതിൽനിന്നും രണ്ട് സ്വർണനാണയങ്ങൾ എടുത്തു. എന്നിട്ട് പറഞ്ഞു:

"എനിക്കിതുമതി!"

"പോരാ, അതുപോരാ" ഇങ്ങനെ പറഞ്ഞുകൊണ്ട് സിംഹരാജൻ സ്വർണവും രത്നവുമെല്ലാം വാരിയെടുത്ത് ഡോക്ടറുടെ ഷർട്ടിന്റെയും പാന്റിന്റെയും പോക്കറ്റുകൾ നിറച്ചു. അത്രയും വേണ്ടെന്നു പറഞ്ഞിട്ടും സിംഹരാജൻ സമ്മതിച്ചില്ല.

താമസിയാതെ വിലമതിക്കാനാവാത്ത സമ്പത്തുമായി ഡോക്ടർ ശരൺ നാട്ടിലേക്ക് യാത്രയായി. കാടിന്റെ അതിർത്തി വരെ സിംഹരാജനും മറ്റ് മൃഗങ്ങളും അദ്ദേഹത്തെ അനുഗമിച്ചു.